देवबाभळी

लेखकाची प्रकाशित पुस्तके

रेनमेकर आणि इतर एकांकिका (२०१७)

देवबाभळी

प्राजक्त देशमुख

पॉप्युलर प्रकाशन, मुंबई

देवबाभळी
(म-१३०८)
पॉप्युलर प्रकाशन
ISBN 978-81-7991-963-7

DEVBABHALI
(Marathi : Play)
Prajakta Deshmukh

©२०१८, प्राजक्त देशमुख

पहिली आवृत्ती : २०१८/१९४०
पुनर्मुद्रण : २०२१/१९४३
दुसरे पुनर्मुद्रण : २०२१/१९४३

मुखपृष्ठ : संदीप देशपांडे

प्रकाशक
अस्मिता मोहिते
पॉप्युलर प्रकाशन प्रा. लि.
३०१, महालक्ष्मी चेंबर्स
२२, भुलाभाई देसाई रोड
मुंबई ४०० ०२६

अक्षरजुळणी
संतोष गायकवाड
पिंपळे गुरव
पुणे ४११ ०६१

या नाटकाचे प्रयोग, भाषांतर
चित्रपट, दूरदर्शन रूपांतर, व्हीसीडी, डीव्हीडी
ई-बुक्स रूपांतर इत्यादी संदर्भातील सर्व हक्क
प्राजक्त देशमुख यांच्या स्वाधीन आहेत
परवानगी व परवानगीमूल्य या संदर्भात
प्राजक्त देशमुख स्वामी, कलानगर
बीएमएस सुपरमार्केट मागे
जेलरोड नाशिक रोड, पि. नं. ४२२१०१
या पत्त्यावर पत्रव्यवहार करावा

अर्पणपत्रिका

बरे झाले देवा । भेटला तू मला ।
आतला गल्बला । झाला शांत ।।
बरे झाले हे ही । रुजला तू आत ।
जन्म माझे सात । पार गेले ।।
बरे झाले तूच । खुणावले मला ।
अंतरीची कला । उमगली ।।
बरे झाले असे । भौतिक उमगे ।
पाण्यात तरंगे । जे जे जड ।।
बरे झाले आला । जीवनाला सूर ।
झाला तू कापूर । धूरधूर ।।
बरे झाले माझ्या । गोंदवले उरी ।
कार्य वडापरी । अंती बीज ।।
बरे झाले असे । नादावले मला ।
कळीकाळ घाला । चुकविला ।।
बरे झाले तुवा । सोडविली माया ।
स्व ठायी तोतया । बैसविला ।।
बरे हेही झाले । चित्ता शांत केले ।
डुलते घमेले । केले स्थिर ।।
जनांसाठी देव । पंढरीचा राजा ।
विटेवर माझ्या । तुकाराम ।।

ऋणनिर्देश

ऋणव्यक्ततेची दिंडी काढायची म्हटलं तर अनेक ठिकाणी हक्काचे थांबे घ्यावे लागतील. आजोबा आणि त्यांचे गुरू घरी यायचे तेव्हा पहाटे पहाटे उदबत्ती धूराच्या वेटोळ्यांमध्ये वितभर पितळी विठोमूर्ती समोर बसून हरिपाठ म्हणायचे. ते मी माझ्या दुलईतून लपून पाहायचो त्या चोरट्या क्षणांचा थांबा.

पहिल्यांदा पंढरपूराला गेल्यावर 'दोघांची मंदिरं वेगळी का?' ह्या प्रश्नावर आईने 'ती रुसलीय' सांगितलं. त्या बीजपेरणीच्या क्षणाचा थांबा.

श्रीपाद देशपांडे ह्या माझ्या पर्वतउंच बंधूसोबत सतत घडत राहणाऱ्या खोदकामांचा थांबा.

अश्वमेध थिएटर्स नावाच्या प्रयोगशाळेला आणि त्यातल्या शिवा, राजेश, गिरीश, श्रद्धा, स्वप्नील, पंकज, सिद्धार्थ ह्या आणि इतर सर्व माझ्या तमाम वैज्ञानिक सग्यासोयऱ्यांचा थांबा.

ज्याच्यामुळे मी संगीत नाटक प्रकाराकडे गांभीर्याने बघण्याचं धाडस करू लागलो तो संगीत 'आनंदा'चा थांबा.

हे बीज ज्यांनी पेरण्यासाठी जमीन दिली त्या थिएटर अकादेमी, पुणे यांच्या रंगसंगीताचा थांबा.

थिएटर अकादेमीची स्पर्धा जिंकल्यावर रात्री दोन वाजता गाडी वळवून 'चला देहूला बुवांच्या घरी' ह्या माझ्या खुळ्या हट्टाला गांभीर्याने घेणाऱ्या आणि तिथे बुवांच्या घरात हातातल्या ट्रॉफ्या दाखवणाऱ्या माझ्या प्रणव, प्रफुल्ल, हेमंत ह्या निष्कपट माऊलींचा रात्री अडीच वाजेचा थांबा.

एकांकिकेत असलेल्या रसिका, भूषण, अभिषेक, सौरभ, रोहन, मयूर, पूर्वा, अमित ह्या माझ्या वारकरीवृत्तीच्या दोस्तांचा थांबा.

ज्यांनी आवली आणि लखुबाईच्या मूर्तींची प्राणप्रतिष्ठा केली तो शुभांगी आणि मानसी नावाचा थांबा.

भद्रकाली प्रॉडक्शन्स् नावाच्या निबीड रानाचा थांबा, ज्याच्यातल्या प्रत्येक झाडाला एक आश्वस्थ करणारी ढोली आहे.

प्रदीपमामा नावाचा विश्वकर्मा थांबा.

ज्याच्या बंडखोर जमिनीत माझ्या विद्रोहाचं पीक जोमाने उगवलं त्या प्रसाद कांबळी ह्या माझ्या आणखी एक बंधूचा हक्काचा थांबा.

माझ्या नसण्याच्या फाटक्याला असण्याचं मखमली अस्तर लावून सजवणारे माझे आई-वडील-बंधू प्रतिक, वहिनी प्राची नावाचा थांबा. बहिण प्रिती, लहानपणीचा माझ्या हक्काचा एक प्रेक्षक थांबा.

माझा तंद्रिस्त अनावधानीपणा सर्जनशील असल्याचं समजून तो सहन करणारे सुप्रिया-अबीर नावाचा थांबा.

जेव्हा जेव्हा 'देवाची ती खूण' ऐकतो तेव्हा तेव्हा गिळलेल्या प्रत्येक आवढ्यांचा थांबा.

भटकळ सर, अस्मिताताई आणि पॉप्युलर प्रकाशन नावाचा महत्त्वाचा थांबा.

आणि सगळ्यात महत्वाचं म्हणजे धर्मपिठाच्या निकालाची अंमलबजावणी करण्यासाठी तापल्या अंगाच्या तुकोब्बारायांनी, वह्यांच्या बाडासकट जेव्हा थंडगार इंद्रायणीत पहिलं पाऊल ठेवलं असेल तेव्हा त्यांच्या अंगावर जागृत झालेल्या करोडो शहाऱ्यांचा थांबा.

ह्या सर्व थांब्यांच्या आजन्म ऋणात...

लेखकाचे मनोगत

धर्मपीठाच्या निकालाची अंमलबजावणी करण्यासाठी तापल्या अंगाच्या तुकोब्बारायांनी, वह्यांच्या बाडासकट जेव्हा थंडगार इंद्रायणीत पहिलं पाऊल ठेवलं असेल तेव्हा त्यांच्या अंगावर नेमके किती शहारे आले असतील? रखुमाईचं रुसण्याचं कारण काय असेल? देवांनांही रुसवा फुगवा असतो? मानवी भावनांच्या पल्याड गेल्यावर देवत्व प्राप्त होतं असतं ना? ह्या तिरपांगड्या प्रश्नांना माझ्याकडे आल्यावर माहेरी आल्याचं सुख मिळत असणार. तर झालं असं की... प्रयोग संपल्यावर गर्दीतून वाट काढून एक माऊली आली आणि घाईने काही कळायच्या आत माझ्या पाया पडू लागली. मी थांबवलं, नंतर ती तशीच समुद्रभरल्या डोळ्याने ओथंबलेला 'येते' म्हणत गर्दीचा भाग झाली. मला काही कळालंच नाही. नंतर असेच दोनचारदा अनुभव आले. भरल्या डोळ्याने येऊन भेटणारे निराळे आणि हे 'असं' काही करणारे निराळे.

'देवबाभळी'च्या प्रयोगानंतर भरल्या डोळ्यांचे भेटणारे तांडे हे नवीन नाही. पण हे डोळ्यातलं पाणी दु:खाचं नसतं. काही तरी गवसल्यानंतर काठोकाठ भरल्यानंतरच्या डुचमळण्यातून ओघळलेले ते काही थेंब असतात. मग अनेकदा अनेकांनी अनेक ठिकाणी विचारलेला प्रश्न मीच मला विचारतो, कसं सुचलं हे? मी ठरलेलं 'देहूला गेलो होतो' उत्तर देतो आणि स्वत:ची त्यातून सुटका करुन घेतो. पण एकदा राजीव नाईकांनी माझी चलाखी पकडली. ते म्हणाले, तू 'कुठे' सुचलं ते ठिकाण, ती घटना सांगतोय. मला 'कसं' सुचलं ते हवंय. त्या दिवसापासून मी त्या प्रश्नाच्या मागेच आहे. अजून तो क्षण, ते कारण शोधतो आहे. पण वसुदेवाला जसं त्याने कृष्णाला इतकी योजनं, खवळलेला

समुद्र पार करून कृष्णाला नेल्याचं स्मरत नाही तशीच माझीही अवस्था होते.

एक देवाची बायको, एक भक्ताची बायको. मुळात त्यांची ओळख म्हणजे 'त्या कुणाच्या तरी बायका आहेत' इथेच त्यांचं अधांतरी असणं दिसून येतं आणि खटकतं. त्यांचं स्वतंत्र म्हणणं काय असेल? त्या कुणावर चिडत असतील तर त्यांचा आवाज कसा असेल? त्या कुणावरून हात फिरवून माया मोडत असतील तर तो कडकड आवाज कसा असेल? त्यांचे कामानंतरचे सुस्कारे किती दीर्घ असतील? हे सगळं सगळं कुणी का मांडलं नाही की कुणाला दिसलंच नाही? ग्रंथच्या ग्रंथ तुकोबा आणि पांडुरंगावर लिहिलेले असतांना त्यांच्या पाठीशी पाठ लावलेल्या आकृत्यांकडे कुणाचंच लक्ष कधी का गेलं नाही? निदान प्रदक्षिणा मारतांना तरी?

दिंडीरवनात एकट्याने भटकणाऱ्या लखुबाईची आणि आवलीची भेट घडलीच असणार. पुराणग्रंथात उल्लेख नसला तरी मनातल्या मनात अनेक भेटी झाल्या असतील त्यांच्या एकमेकींशी. शोधाशोध करून शेवटी विठोरखुमाईच्या-समोर बसलेल्या तुकोबांना बघून आवली कधीतरी विठोबाऐवजी रखुमाई शेजारी बसलीच असेल ना? शेवटी 'बाईच्या जातीला' हे पालुपद कितीतरी पूर्वापार चालत आलंय ते उगाच नाही. बाई जेव्हा बाईला आपली जखम उकलून दाखवत असेल तेव्हा त्याला प्रस्तावनेची गरज भासत नसणार. सगळंच जागच्या जागी कोणाचं कधी असत नाही. थोड्याफार फटी असतातच आणि त्याच तर 'संवाद' घडवून आणत असतात. आणि संवादच नसला तर कसला संसार. संवाद आणि संसारातला 'सं' गेला तर त्याचं एकूण 'सार' काय 'वाद'च. तुकोबा ह्या पलीकडे जाऊ पाहत होते. सगळीच भुकेली तान्ही मुलं एका गोलाकार वर्तुळात एकमेकांना शोधतायत. आवली तुकोबांच्या मागे, तुकोबा पांडुरंगाच्या मागे, पांडुरंग अभक्ताच्या शोधात आणि लखुमाई पांडुरंगाच्या.

भेटिलागी जीवा लागलीसे आस । पाहे रात्रंदिवस वाट तुझी ।।
भुकेलिया बाळ अति शोक करी । वाट पाहे परी माऊलीची ।।

भुकेल्या बाळाला त्याला हवं ते मिळेपर्यंत थारा नसतो. तुम्ही चातुर्याने त्याचं मन पळभर रिझवू शकतात, पण शोध पुन्हा सुरू होतो.

एक, संसार करत आध्यात्म हा जो परमार्थ तुकोबा करू पाहत होते खरा तो उमगला आणि जगला तो आवलीनेच. म्हणूनच ती तुकोबांना हवी ती मोकळीक देत नेटाने संसार करत राहिली. म्हणजे आवलीने एक प्रकारे संसाराच्या एका कोनाड्यात एक वीट ठेवलीच होती. तिने स्थान दिलेच होते.

देवबाभळी ११

तुकोबा मात्र आकंठ बुडून, तहान-भूक, नातीगोती विसरून हळूहळू चैतन्यरूपाकडे वाटचाल करू पाहत होते.

आणि दुसरं, विठोबारायांचे जे भक्तांसाठीचं समर्पण होतं ते रखुमाईच एका अर्थी पाळत होती. कारण भक्तांसाठी विठोबाराया जे करू पाहत होते ते तीच तर करत होती. बरं ह्या सगळ्याची वाच्यता कुठेच नाही. कारण हे त्यांनी स्वीकारलं होतं. त्यांना ज्याचा म्हणून विरोध होता, त्रास होता त्याबद्दल त्या पाऊलं उचलत राहिल्या, बोलत राहिल्या, तशा वागत राहिल्या. आपसात ही देवाणघेवाण सुरू होती. ह्याला आजची तुमची आमची विषयविकारांची फूटपट्टी लावणं योग्य नाही. त्याचा एकमेकांमधल्या उलगडत्या संवादाकडे पाहून 'ह्यांचा गुंता का नव्हता' हा प्रश्न बाळबोध आहे. अरुणाताई ढेरे म्हणतात तसं 'झाकलं नाही तरी उघडलंही नाहीस चव्हाट्यावर'. हा त्यांचा नाइलाज नव्हे निर्णय होता. म्हणूनच मूर्ती घेऊन जाता ती रखुमाई झाली असती पेक्षा तिने चिंधी नेऊन लखूच राहणं पसंत केलं. तसंच आवलीनेही तिचा एक स्वतंत्र भक्तीमार्ग निवडला. जो कुठल्याही संतपरंपरेतल्या तत्त्वज्ञानापेक्षा कमी नाही.

त्या दोघींचा एकमेकांचा संवाद हा काल्पनिक असला तरी त्याला आजच्या प्रत्येकीच्या जगण्याचा पदर आहे. त्यांचा हा संवाद उलगडत जाणं हे एखाद्या उमलणाऱ्या ब्रह्मकमळासारखं आहे. त्याला सुगंध आहे, ते अवचित आहे, ते अल्पावधीचं आहे, ते कायम स्मरणात राहील असं आहे आणि महत्त्वाचं म्हणजे ते अत्यंत आनंददायी आहे. हाच संवाद म्हणजे देवबाभळी.

।। इंद्रायणीर्पणमस्तु ।।

दि. ११ नोव्हेंबर २०१८ — **प्राजक्त देशमुख**

नाशिक रोड

'देवबाभळी' या नाटकाचा पहिला प्रयोग दि. २२ डिसेंबर २०१७ रोजी सायंकाळी ४ वाजता दीनानाथ मंगेशकर नाट्यगृह, विलेपार्ले, मुंबई येथे सादर करण्यात आला.

निर्माती	: श्रीमती कविता मच्छिंद्र कांबळी, भद्रकाली प्रॉडक्शन्स
सादरकर्ते	: प्रसाद कांबळी
लेखक-दिग्दर्शक-गीते	: प्राजक्त देशमुख
दृश्यसंकल्पना-नेपथ्य	: प्रदीप मुळ्ये
संगीत	: आनंद ओक
प्रकाशयोजना	: प्रफुल्ल दीक्षित
वेषभूषा	: महेश शेरला
रंगभूषा	: सचिन वारीक
पार्श्वगायन	: आनंद भाटे
अभंग	: संत तुकाराम महाराज
संगीत संयोजन	: अमित पाध्ये
ध्वनिमुद्रण संगीत साथ	: संदेश कदम, प्रसाद पाध्ये, मोहित शास्त्री, प्रसाद राथ, उमा शंकर शुक्ला
प्रयोग संगीत साथ	: शशांक हडकर, शाम आढाव, सागर गिजरे, राज धूपकर
ध्वनिमुद्रक	: शुभम जोशी, विवेक कांबळी-हार्मनी स्टुडिओ
ध्वनिसंयोजन	: रुचिर चव्हाण, अतुल पाडावे, विशाल
ध्वनिसंकेत	: रूपेश दुदम
नेपथ्य साहाय्य	: रमेश सुतार, अजित पांचाळ
नेपथ्य निर्माण	: प्रकाश परब आणि मंडळी
प्रकाशयोजना साहाय्य	: देवीदास शिवगण, मोहन आगवणे
वेषभूषा साहाय्य	: सुधीर हरिदास, संजय खरात
रंगमंच व्यवस्था	: श्रीकांत कडू, अशोक पुरबिया, संतोष उशिरे
केशरचना	: अस्मिता पालव, सुजाता आंग्रे

प्रसिद्धी : बी. वाय. पाध्ये पब्लिसिटी
विशेष आभार : अजित भुरे
सोशल मीडिआ प्रसिद्धी : वैभव शेटकर
जाहिरात संकल्पना आणि स्थिरचित्रण : तेजस नेरुरकर
अक्षर सुलेखन : कुमार गोखले
व्यवस्थापक : श्रीकार कुलकर्णी
विशेष सहकार्य : अश्वमेध थिएटर्स (नाशिक)

भूमिका आणि कलावंत

आवली : शुभांगी सदावर्ते
लखुबाई : मानसी जोशी

अंक पहिला

[रंगमंचाच्या मध्यभागी एक दाराची चौकट आहे, जेणेकरून घर आणि अंगण हे दोन स्पष्ट भाग अधोरेखित होतील. बाहेर अंगणात ओटासदृश लेव्हल आहे आणि खाली उतरत जाणाऱ्या पायऱ्या. रंगमंचाचा एक भाग उजळतो. एक जुनाट नऊवारी लुगडे नेसलेली बाई पाठमोरी दिसते आहे. ती (आवलाई) शेणाने जमीन सारवते आहे.]

[रंगमंचाचे वेगवेगळे तुकडे एक एक करत उजळत जातात.]

प्रसंग १

आवलाई

[अंगणात शेणाने सारवताना गीत]

भरला अंधार अंधार
टरारून आत
फाटं उठून उठून
चीर पाडली ग त्यात ।।

आता फाकला फाकला
उजेड फाकला
कालवून शेणात
सडा साराया घेतला ।।

प्रसंग २
[चुलीजवळ भाकऱ्या थापताना गीत, बाळाला झोका देतेय.]

रुशी बसे वरमाय तिचा रुसवा केवढा?
म्हणे पापड वाढला कसा वाकडातिकडा?
रुशी बसे वरमाय तिचा रुसवा केवढा
म्हणे भाकर नको, दे चंद्र ताटात तेवढा

प्रसंग ३
[नदीघाटावर कपडे धुताना गीत]
मोटेवर, पाटावर, नदीच्या ग घाटावर
इंद्राणीचा थेंब थेंब जगण्याच्या व्हटावर
जाता जाता ठेचकाळे देह देहूमधी
रगत न्हाई आलं, इंद्राणी पानी बोटामधी

प्रसंग ४
[वाऱ्याचा आवाज, भंडारा डोंगर, आवली डोक्यावर वेताच्या टोकरीत तुकारामबुवांना न्याहारी घेऊन चालली आहे. थकलेल्या अवस्थेत ती शोधत शोधत तुकारामांना आवाज देतेय. एका विंगेतून येते आणि एक्झिट घेते.]
आवलाई : आवोऽऽऽ आवोऽऽऽ आवोऽऽऽ!

[रंगमंचाचे वेगवेगळे तुकडे एक एक करत उजळत जातात.]
[आवलाई पात्रातला शारीरिक बदल, काळ उलटून गेल्याचा संकेत. आवलाई सहा-सात महिन्यांचे पोट असलेली.]

प्रसंग १
[अंगणात शेणाने सारवताना गीत.]
अंधाराला अंधाराला, दिशा नाही मेली
ठेचकळ्या आभाळाला, मलमपट्टी केली ॥
हात रंगल्याले शेणाच्या रंगात,
कपिलेचा गंध येतो माझ्याही अंगात ॥

दारावर लोक येई, कसे माखले ग हात
सांगते मी शेण न्हाई, नवी मेंदीची ही जात ।।

प्रसंग २
[चुलीजवळ भाकऱ्या थापताना गीत]
तुफानाला सांगा जरा कळ काडं भावा
चुलीमधी फुकला मी आता विस्तवाला ।।
भाकऱ्या हलक्या, जसे फुकल्याले पीस
आलथीपालथी जणू, दिस रात दिस ।।

प्रसंग ३
[डावीकडचा उंच कोपरा उजळतो. एक पाठमोरी आकृती (पात्र : लखुबाई), उजवा हात कंबरेवर, उजवीकडे बघत बघत गीत]
राही सवे देवा सांग काय तुझं नातं
पोरकं पाखरू! राती वसतीला हुतं
[कंबरेवरचा हात सोडून डावीकडे बघते.]
आता अबोला अबोला देवा दिंडीराला जाते
नको करू पाठलाग, रानोमाळी भटकते

[अंधार]

प्रसंग ४
[भंडारा डोंगर, ती हातात पाण्याचा गडू आणि डोक्यावर न्याहारी घेऊन जातेय. थकलेल्या अवस्थेत शोधत शोधत तुकारामांना आवाज देतेय. सोसाट्याचा वारा]
आवलाई : आवोऽऽऽ आवोऽऽऽ आवोऽऽऽ!

[अचानक पायात कचकन काटा रुततो, ती असह्य वेदनेने कळवळते. पडते.]

[अंधार]

अंक पहिला

प्रवेश पहिला

[स्थळ : आवलाईचे घर]
[आवलाई जवळच निपचीत पडलेली आहे. जाळीदार धूर घरात पसरलाय. जवळच जुने लुगडे, जे आता फिकट झालेय असे, नेसलेली एक बाई, कपाळभर कुंकू असलेली, भाकऱ्या थापताना गुणगुणतेय. तिचे नाव लखुबाई.]
[लखुबाई : भाकरी गीत]
पूर्वी काय तप नेणे पैं हो केले । निधान जोडिलें पंढरीचे ।।
येऊनिया देव दळु लागे अंगें । रखुमाईचा संग दूर केला ।।
तैसाचि पैं संगे येऊनि बाहेरी । वेंचोनियां भरी शेणी अंगें ।।
ओझे झालें म्हणुनी पाठी पीतांबरी । घेऊनियां घरीं आन् तसे ।।
ऐसें जेथे काम करी चक्रपाणी.

आवलाई : (भानावर येते, जरा दचकते) आंऽऽऽ?
लखुबाई : (हसते) उठली ग माय? पड पड जरा थोडी. अशा अवस्थेत बाय-मानसानं...
आवलाई : कोण तू? माझ्या घरात काय करती? भाकरी ठू खाली आधी.
लखुबाई : खात नाही काई. थापून रायले समद्यांनला!
आवलाई : पीठ आमचंय की तू आणलं हुतं?
लखुबाई : पीठ इथलंच्चे. (लाकडी मांडणीकडे) त्या तिकडून तिसऱ्या डब्ब्यात.

आवलाई : बयाऽऽऽ! डबे मायती केले सगळे लगे? इकडं पाय जरा, डोरलं बी दिसतंय. आमच्या बुवांनी तिसरी मंगळागौर आन्ली की काय म्हणायची? आन् मी जित्ती असताना? [उठायचा प्रयत्न करते. पायातून मोट्ठी कळ येते. कळवळत पुन्हा बसते.]

लखुबाई : आंगास्स्! ध्यानात येतंय का समदं?

आवलाई : मी तं तिकडं...

लखुबाई : तेच तुला सांगते बये तर तू मला बोलूच देई ना. झोळीसुद्धा वरून खाली येताना कणभर वरती दम खाती आन् तू तर बोलतानाबी दोन शब्दामधी श्वास ठेईना ना, काय करावं मंग?

आवलाई : माझ्या घरात, माझ्या परातीत, माझं पीट मळीत मळीत, माझ्या चुलीम्होरं बसून तू मलाच शिकवती, कसं बोलाचं, किती बोलाचं, किती श्वास घेचा अन् आनखी काय काय? तू कोणे? सांगते का हाणू टाळक्यात वीट?

लखुबाई : वीट न्हाई इथं कुठं, एक हाये तिथं पण (खिडकीतल्या विठ्ठलाच्या मूर्तीकडे बोट दाखवत) त्याच्यावं देवराया उभं हायती!

आवलाई : (मूर्ती पाहून) हा काळ्या कुनी आणला हितं? कुनाची बाहुलीए ती? आमच्या गबाळ्यानं देऊळ उबं केलं बाहेर ते काय कमी हाय व्हयं? तरी आमच्या ह्यानला म्हटलं हुतं, हे पा तुम्चा इठ्या माज्या घरात दिसला नाई पायजे! तर घराच्या उंचीएवढंच बाहेरच्या देवळाची डागडुजी केली त्यानी. घराच्या उंचीएवढं कशाला? एक डोळा लवून नीट मापलं तर त्यो देवळाचा कळस जरा वीतभर वरच जातोय घराच्या. कुनी आनला कुनी ह्या इठ्याला घरात?

लखुबाई : ए बये! माझा देवे तो, त्याला हात नगो लाऊ. त्याची नड नाही होऊ द्यायची मी तुला.

आवलाई : ते मरो दे. आधी तू आहे कोण ते सांग?

लखूबाई : म्या लखुबाई!

आवलाई : लखुबाय? आन् तू हितं करती काय?

लखुबाई : 'मी हितं कशी आली?' ह्यापरीस 'तू हितं कशी आली?' ह्याचं उत्तर नगं व्हय तुला?

आवलाई : तू माझ्या घरात राहून मलाच शिकवती का गं, मी आधी काय इचारावं ते?

लखुबाई : बरं सांगत्ये, त्या दिवशी मी...

आवलाई : दम! 'मी हितं कशी?' तेच सांग आधी. धिला किडा घालून टकुऱ्यात. लई चतरी दिसती तू!

लखुबाई : चतरी न्हायी लखुबा...

आवलाई : हां हां कळलं त्ये. व्हय बाजू माझ्या चुलीपासनं आन् सांग, मी भंडाऱ्याच्या डोंगरावरून हितं माज्या घरात कशी आली?

लखुबाई : (पदराला हात पुसत) सगळं सांगते माजे बाई. आधी सांग, शेवटालं काय आठून रायलं तुला?

आवलाई : शेवटालं? डोक्यावं आग होती. मी न्हेमीपेक्षा थोडी लौकरच भाकरतुकडा घेऊन निघाले. लौकर निगाले कारन मलाच भूक लागाय लागली हुती आन् हे जेवण्याआधी मी कशी जिऊ? मंग मी भामनाथाच्या टेकाडावर जाणार होते पण काय की मला काय वाटलं, म्हटलं आता की नई 'हे' भंडाऱ्याला असू शकतीन. मंग मी वाट बदल्ली आन् झपाझपा भंडारा चढाया लागली. आन् ह्यानला आवाज देत होती. मग जरा कळ लागली म्हून दम काढायला थामले. (वरमून) आता पोटुशाने मला जरा धाप लागते नाईतर आधी बुवा सापडल्याबिगर थांबायचे नाई कदी. आन् नंतरून बसल्याबसल्याच कानोसा घ्याया लागले की टाळ-चिपळ्या कुठून ऐकू येत्याय की काय. तवा जरा वाटलंबी की, चुकलंच गड्या भामनाथावरच जाया पायजेल होतं.

लखुबाई : मंग?

आवलाई : (विसरल्यागत) मंग काय की... (अचानक) हां! दम आटुक्यात आल्यावं मी पुन्यांदा जाया निगाले तर कच्चकनी पायात काटा रुतला ना! त्यो पाय वर घेत्ला तर दुसऱ्या पायाखाली चिचकुळा दगड आला तर परत काटा रुतलेला पायच पट्टदिसी परत खाली आला. देवबाभळी होती की कोनचा रानकाटा होता काय की. पाह्यलं तर बोटंभर काळा काटा खुपला होता. काटाबी काळाच मेला. त्या काळतोंड्या इट्यावानी. माझा जीव घेतल्याबिगर सोडायचा नाई तो. पण मीबी खम्की हाय. त्याला म्हणावं...

लखुबाई : पुढं!

आवलाई : पुढं?... पुढं आठवं ना काहीच... नंतर. नंतर इतंच. बया! त्यानला न्यारी द्यायची ऱ्हायली तिकडं?

लखुबाई : दिली. बस खाली... दिली! तुकारामबुवांना न्यारी नेऊन दिली.
आवलाई : तू?
लखुबाई : मी जवा तिथं आले तवा कुणीतरी एकजण तुझ्या पायातला काटा काढत हुता. आन् तू पार घामानं घुबरी होऊन चीप पडली होती.
आवलाई : रानकाटाच व्हता जणू म्हून शूध गेली. काटा कुनी काढला?
लखुबाई : कुनीतरी बाप्या माणूसच व्हता.
आवलाई : बया! कोनचा मानूस काम्हून माझा पाय हातात घील बरं?
लखुबाई : (पांडुरंगांना उद्देशून) मी तेच म्हनले ह्यानला!
आवलाई : कोणाला?
लखुबाई : (सावरत) ते आपलं त्यानला. त्या मानसाला. की कोने ही बया? तुमी कोन? भले दिसताय. असं कसं कुनाचा पाय हातात घेऊन इतक्या मायेने काटा काढताय. जणू तू कुनी देव आहे नि तो चाकर हाय की काय?
आवलाई : मायेने काटा काढत व्हता? मंग देवमानूस आसंल.
लखुबाई : हां! तोच देवमानूस मला म्हणला की 'प्रश्न विचारन्यापरीस तो भाकरतुकडा पल्याड चिचेखाली बुवा बसले त्यानला देऊन ये.'
आवलाई : दिला का तू? बुवा काही म्हनले? घडाघडा बोलावं जरा...
लखुबाई : न्हाई! शांत डोळे मिटुनशान बसले होते. आजूबाजूला इतके रावे, मोर, रानससे बसले होते ते घाबरू नये म्हून चिपळ्या एकदम आस्ते आस्ते वाजवत आसतील, आन् तोंडाने काहीतरी पुटपुटत...
आवलाई : हां! त्या काळतोंड्याचं नाव घित असतील. पुढं?
लखुबाई : मी तिथंच भाकरतुकडा ठेवला आन् माघारी फिरले, तेव्हा डोळे मिटल्या मिटल्या ते म्हणले, 'जिजा, आलीस बये?' मी काही बोलले नाही. मग म्हणाले, 'जिजे! ए आवले, असं रुसू नई बये, दोन घासासोबत तुहे दोन गोड शब्द ऐकले तवाच पोट भरतं.'
आवलाई : बया! डोळे उघडाया काय झालतं यानला? उगा लोकायसमोर काहीतरी!
लखुबाई : उघडले डोळे त्यानी. पण फार नाही दचकले मला पाहून. थोडं इकडं तिकडं पाहून म्हणाले, 'आई, आमची आवली न्हाई आली ती?'
आवलाई : आई म्हन्ले तुला?
लखुबाई : मी परसंग सांगितला. तर धुपाच्या धुरावानी अलगत म्हनले, 'तुमी देहूगावच्या दिसत नाही.' मी म्हटलं, 'न्हाही, दिंडीरवनात रायला होते,

नंतर पडरगे आन् आता आळंदी, देहू अशी भटकत रायते.' तवा तुकारामबुवा म्हन्ले, 'चार-सहा महिने देहूत राहशील का? आमच्या जिजाईचे, आवलीचे पाय जड झाले. तिला असं डोंगरावं इथं तिथं येनं झेपत नसंल आनि तिला घरातली कामं असत्याती ती वेगळी. आता पायाला हे असं दुख झालं. तर ती जखम भरुस्तोवर राहशील का वो रखुमाय?'

आवलाई : हं! इतकं कळतं तर जायचंच कशाला मी म्हंते डोंगरदऱ्यात मरायला?

लखुबाई : म्हनले ते, तुझं काट्याचं दुक ऐकून म्हनले. आता काही दिवस नाही यायचे ते डोंगरावर. इथंच मंदिरातबिंदिरात बसतील म्हणे.

आवलाई : आम्चे 'हे' म्हणले म्हून तू माझ्या मदतीला थांबली व्हय ग?

लखुबाई : (तंद्रीत) हां! 'हे' म्हनले म्हून थांबले.

आवलाई : अं?

लखुबाई : तुझी जखम भरली की निघून जाईल मी.

आवलाई : लई जखमाए बये. कोणाच्या कोणच्या जखमा भरायची वाट पाहशील?

लखुबाई : पायाची.

आवलाई : पैकाबिका काही मिळायचा नाही हां. सांगून ठूते, एक-आर्धा होन सुदीक नाही.

लखुबाई : तुझ्यातल्या उरलेल्या भाकरीचा तुकडा दिला रोज पोटापुरता तरी चालेल.

आवलाई : तुकडा कशाला? भाकर मिळंल आन् आख्खी गोल गोल मिळंल. उरलेली कशापायी? इतकी वंगाळ आहे व्हय?

लखुबाई : तसं नव्हं पण कशाला उगा...

आवलाई : पण मग तिठून इठे कशी आले मी? मला आठवत कसं न्हाई?

लखुबाई : त्या मानसानं शेजारून दोन मोठ्ठी लाकडं तोडली आनि त्याच्या अंगावरची घोंगडी काढली, आन् ही आशी गुंडाळली. मग काय कि कुठून दोन मानसं आले, त्याचेच मानसं होते की काय मायती? त्याना त्याने सांगितलं, 'हिला घरी सोडून या.' मग त्या दोघांनी दोन बाजूनी लाकडं धरली आनि मधी तुला घोंगड्यावं झोपवलं, आन् मी त्यानच्या मागे मागे इथवर आल्ये.

आवलाई : म्हंजे कुनी गोसावड्या होता का ग?

लखुबाई : तुला चांगलं बोलता नाई येत का? त्या बाबानं इतकं तुझ्यासाठी केलं तरी तुझं त्वांड तुरटं ते तुरटंच?

आवलाई : आता मी काय बोल्ले? 'गोसावड्या हुता का?' इतकंच तर इचारलं. गोसावडे भले असत्याती. निदान आशीर्वाद तरी देत्यात. त्या पांड्यासारखं थोडीच असत्यात? त्याला नुसतं घ्यायचं माहिती आहे.

लखुबाई : ए अग ए! जीब आहे की तुरटी?

आवलाई : तुरटी काय आन् खडीसाकर काय! दिसाया सारखीच तर असती. हे प्हायं माझं तोंड आहे असं फाटकं. लय गुळमट बोलनं मला जमत न्हाई. पटलं तरच थांब. बुवांना काय सांगायचं ते सांगंल मी!

[आवलाई विंगेत निघून जाते.]

लखुबाई : [कष्टी झालेली लखुबाई चुलीत गडूने पाणी टाकते आन् चूल विझवते. बोचके आवरून बाहेर अंगणात दगडी पायऱ्यांवर तिच्या बोचक्यासोबत ठेवलेल्या विठ्ठलाच्या मूर्तीजवळ येऊन वैतागून बसते.]

(गीत)

इझू दे देवा इझू दे रे, अंतरीची पीडा इझू दे रे
भिजू दे देवा भिजू दे रे, हर्षल्याले डोळे भिजू दे रे
सजू दे देवा सजू दे रे, पायातला काटा सजू दे रे
कुजू दे देवा कुजू दे रे, पायाखाली वीट कुजू दे रे

[विठ्ठलाच्या मूर्तीला उद्देशून] चला, कसं? चिडू कसं नाही? आन् तुम्हाला कळं ना काय? हिचा पाय धरला तुम्ही हातात? हिचा? 'तुम्ही' म्हटला म्हून आले इथं. तो तुमचा तुकोबा म्हटला म्हून नाही. हो हो माहितीय बुवा चांगला माणूस आहे. पण म्हून त्याच्या बाईलीचं काहीही ऐकून घेऊ मी? आन् ते पण तुमच्याबद्दल? ती काहीही बोलेल? मी तुमच्यावर रागं भरले असले तरी तुमच्याबद्दल आडवंतिडवं बोललेलं कसं खपवून घेऊ? नाही, मला नाही वाटत ती फणसासारखी. तुम्हाला वाटत असेल तर वाटो. अहो हो! तुम्ही म्हणता तशी ती तुकोबाला पण अशीच फटकळ बोलून जाते. नंतर तिची तिला चूक कळून जाते पण तरी तुकोबा तिचा दादला आहे, मी कोणे तिची...

[आवलाई घाईघाईने बाहेर येते.]

आवलाई : लखुबाई! आमचे हे तुमाला रखुमाई म्हण्ले? आई म्हण्ले? आन् मी? मोतीहार तुटून मोती सांडावे तशी पटापटा बोलेले पाहा. आई, माफी कर ग मला. [वाकते, पोटात कळ येते.]

लखुबाई : आगगग! वाकू नये अशात! (पाठीत धपाटा घालत) मसणे! बरी लौकर अक्कल आली तुज?

(विठ्ठलाकडे कटाक्ष टाकत) माझा राग गेला नाहीये अजून.

आवलाई : हां! चिडा तुम्ही. आता त्यानी आई म्हटलंय म्हंजे लगे सासूसारखं वागलंच पाहिजे नाही का!

[दोघी हसतात] [संगीत]

[अंधार]

अंक पहिला

प्रवेश दुसरा

[रंगमंचाच्या एका कोपऱ्यात आवलाई तुकारामाशी बोलतेय. जाळीदार प्रकाश पडला आहे. अन् दुसऱ्या कोपऱ्यात लखुबाई पांडुरंगाच्या मूर्तीसमोर बसली आहे. एक एकजण बोलतो तशी प्रकाशयोजना कमी-जास्त उजळते.]

आवलाई : तुम्चं हेच पटत नाही मला. आस्सं कोनावर पन कसं विश्वास ठुवून घरात पाठवत्या तुमी? भावोजी घरात न्हाई, ताई पन न्हाई. तुम्ही तर नसतातच कधी. ती लखुबाई तशी भली वाटतेय म्हना. [विराम] खरं सांगू? मी जवा उठले आन् चुलीपाशी तिला पाहिलं, मला आधी आईचाच भास झाला हुता. तशीच दिसती ना ती?

लखुबाई : तशी वेळच आलीय म्हून आलेय तुमच्या समोर. नाहीतर समजाल की माझा रुसवा गेला म्हून. मला असं का वाटतंय की तुम्ही मला जाणूनबुजून इथे पाठवलंय? जसा तिच्या पायातला काटा काढला तसा तिचा पाय पण बरा करता आला असता. मग मला का पाठवलं? माणूस रुसलेलं असताना रुसलेल्याच्या मनासारखं वागायचं असतं की रुसलेल्याला वर आणि कामं सांगायची असतात? तरी मी आहे म्हून ऐकतेय तरी दुसरी कुणी असती तर ऐकलं नसतं.

आवलाई : ऐकताय ना? हां! हे पाहा सोन्यासारखे तिघं भाऊ तुम्ही. थोरल्या वैनी गेल्यानंतर मोठे भाऊजी देवाला निघून गेले. लोकं म्हणता ते काही परतायचे नाही आता. इथं होते तवाबी कधी देवघराबाहेर यायचे नाहीत

ते. तुमाला एक सांगू? तुमच्या पाया पडते, तुमाला काय त्या काळ्याचा टाळ कुटायचा तो कुटा पन सांजच्याला घरी येत जावा. एकट्यात बसलं की घराच्या भिती जवळ जवळ येत्याय असं वाटतं, गुदमरायला हुतं. तुमी म्हंता तो सगळ्यांवर माया करतो पन तरीबी आपली आबाळ थांबं ना. का? तर म्हनं देव परीक्षा पाहतोय. खरंच गुदमरायला हुतं. तुमी अशी माझी परीक्षा पाहू नका.

लखुबाई : परीक्षा पाहताय माझी? की ह्या लोकांची? ह्यांची तरी परीक्षा का पहावी तुम्ही मला कळत नाही. एकमेकांसोबत अंतर्बाह्य ओळख असते ना तुमची? मग माहीत असलेल्या गोष्टीची परत परीक्षा का? भले त्याला नसेल होत त्रास पण तिला होतोय तो त्रास का कमी आहे? आणि तिच्या त्रासापायी ती तुमचा पाणउतारा करतेय. पण माझ्यासमोर तिने आणखी काही बोललेलं मी किती काळ सहन करेन मला माहीत नाही. [विराम] काय पण जोडी बनवलीय! एक शिगोशीग भरलेला तांब्या आणि दुसरी रिकामी लोटी. परवा त्या दोघांचं बोलणं ऐकू आलं. चोरूनच ऐकलं म्हणा ना. आवलाई बुवांना तावातावाने म्हणत होती, 'जो तुमच्या पांडुरंगाला भजत नाही तोच तेवढा सुखी आहे, जो भजतो त्यालाच सगळा त्रास मेला!' तुकारामबुवा म्हणाले, 'जिथं अंधार आहे तिथं काहीच घडत नाही असं वाटत राहतं. पण जिथं उजेड हाये तिथं मात्र पाकोळ्या झेप घेताना दिसतात आनि उजेड लटलटतो. आता कीटकांचा तरास होतो म्हून पणतीनं विझलेलंच रहावं का?'

[आवलाईची गुणगुण. प्रवेश करते. रात्रीची वेळ. लखुबाई आवलाईच्या पायाला तेल लावताना.]

आवलाई (गीत) :

तुला मानले भरतार बजावले मी मनाला
रुकमाईचा निरोप गेला, गेला ग किसनाला ।।
बंधू उठला पेटून सिसुपालाच्या साथीने
नगरामंदी पाय ठेवू दे पाहतो मी काळ्याला ।
निरोप गेला किसनाला...
लगीन घटिका समीप आली, रुकमाई कावली
नगर निघाले दर्शना ग गिरिजाच्या देवळाला ।
निरोप गेला किसनाला...

गिरिजाच्या देवळात किसना कमळी लपलेला
वीज उडावी तशी उचलली किसनाने रखमेला ।
निरोप गेला किसनाला...
जाता जाता वाटेत घर लागले राधेचे
कमळामधी कसा टोचे काटा रखमेला ।
निरोप गेला किसनाला...

[लखुबाई आवलाईच्या पायाला तेल लावतेय. 'राधेच्या' कडव्यामुळे ट्रान्समध्ये न बघता लखू चिंधी पायाला बांधतेय. पायाला चिंधी बांधते पण अनवधानाने गाठ पक्की बसते. आवलाईला जखमेच्या ठिकाणी कळ येते. पांडुरंगाच्या मूर्तीवर असलेला शेला आता दिसत नाही. आवलीने तोच चिंधी म्हणून पायाच्या जखमेला लावलेला दिसतोय.]

आवलाई : (कळवळते) आयाय ग!

लखुबाई : (मूर्तीकडे बघत चिडून) दुसरं फडकं नव्हतं व्हय घरात?

आवलाई : बिनकामाचं तेवढंच होतं.

लखुबाई : देवबाभळी केवढी खोल रुतली असलं वं माय! लई ठसठसतं का ग?

आवलाई : हां खूप!

लखुबाई : एखांदी ठसठस असतेच जिवाला कोन्ची न कोन्चीतरी. [विराम] समदे जेवले का?

आवलाई : हां! जेवले! समदे जेवले आन् निजले.

लखुबाई : आन् बुवा?

आवलाई : बुवा मळ्यावरच थांबल्ये आज राखणीला! दोन दिस भावोजी होते, आज हे गेले.

लखुबाई : आठोन येती की काय?

आवलाई : जावा तिकडं!

लखुबाई : हे गानं कुठून शिकली?

आवलाई : माझी आई म्हनायची, ते रुक्मिनीला किसनानी कसं पळवलं त्याची गोष्टय त्यात!

लखुबाई : आनि शेवटी राधा पण आलीय त्याच्यात!

आवलाई : आता किस्ना आला की राधा आल्यावाचून राहती व्हय?

लखुबाई : तेच तर! किसनाच्या गोष्टीत रुक्मिनी येवो ना येवो राधा आलीच पाहिजे!

आवलाई : सगळेच त्या काळ्या...

लखुबाई : (रागाने बघते)

आवलाई : इट्ठल. सगळेच त्या इट्ठल-रखुमाईसारखे जोडीजोडीनं थोडीच असत्यात?

लखुबाई : सगळीकडं जोडीजोडीनं असत्यात. पंढरीला पाह्यलंय का जाऊन कधी?

आवलाई : हा गं! तिथे येगळी मंदिरं आहे त्यानची. सोबतीला न्हाई ते. असं कसं?

लखुबाई : ....

आवलाई : बरं एक सांग...

लखुबाई : हं!

आवलाई : त्या दिवशी खरंच कोण आल्तं? माझ्या पायातला काटा काडायला? तूच काडला का?

लखुबाई : कितीदा तेच तेच सांगायचं ग तुला? मी कशाला खोटं बोलू?

आवलाई : राहिलं! लखुबाई, मला म्हंती अन् तुला तुझ्या धन्याची आठोन नाई येत का?

लखुबाई : धन्याशी अबोला हाय माझा!

आवलाई : आबोला? आबोला असला की आठोन न्हायी येत व्हय?

लखुबाई : न्हाई!

आवलाई : उलट आबोला असल्यावं आतून जास्त ओढ व्हती!

लखुबाई : उगा जिभेला पळवू नको.

आवलाई : आबोला किती दिवसापासुने?

लखुबाई : लई दिस झालं.

आवलाई : का? काय झाल्तं?

लखुबाई : तुला कामं न्हाई व्हयं? कुचाळक्या कराय बरं जमतं? बुवा काय चुकीचं न्हाई बोलत. इथलं तिथलं टाळ कुटत बसण्यापरीस आपल्या आत्मानंदाचा टाळ कुटावा.

आवलाई : हॅ! आत्मानंदाचा टाळ म्हणं! तुलाबी लावलं का बजनी यानी? ह्या इखाला उतारा नाई हां! सांगून ठुते.

लखुबाई : दादल्याला इख म्हंती नाई ग!

आवलाई : ह्यानला न्हाई! त्या काळ्याळा इख म्हटले मी. जालीम इख आहे तो. आमच्या बुवांना हाय का काही गुन? दिसनदिस परिस्थिती हाताबाहेरच जातीय. इख तरी बरं! हे भूतय, चांगलं काळं घुप्प भूत!

लखुबाई : तुझ्या जिभेला काही हाड? इख काय भूत काय? देवाला भूत म्हंते?

आवलाई : मी न्हाई. हेच त्या काळ्याला भूत म्हणतेत.

लखुबाई : काय? तुकारामबुवा देवाला भूत म्हणत्यात?

आवलाई : (गीत)

पंढरीचे भूत मोठे । आल्या गेल्या झडपी वाटे ।।
बहु खेचरीचं रान । बघ हे वेडे होय मन ।।
जाऊ नका कोणी, तिथे जाऊ नका कोणी ।
जे गेले, नाही आले परतोनी ।।
तुका पंढरीसी गेला । पुन्हा जन्मा नाही आला ।।

[अंधार]

[आवली पांडुरंगाच्या मूर्तीसमोर आणि लखुबाई तुकोबांसोबत बोलतेय.]

लखुबाई : बुवा, असं का वाटतंय मला की तुमाला पहिल्यापासूनच कळालंय की मी कोने ते? तुमी मला सवयीने न्हाई, ठरवून 'आई' हाक मारल्यासारखं का वाटलं मला? तुमी दोघांनी मिळून आमच्या दोघींसाठी हा डाव रचलाय न्हाई का? तुमची युक्ती ध्यानात यायला लागलीय पन म्हून माझे प्रश्नांची उत्तरं सुटन्यापेक्षा आण्खी गुरफटायला लागल्येत. कोस कोस दुरून लोकं तुमच्या वाणीची कौतिक ऐकून येत्यात. हे सगळं कुठून आलं? तुम्चं खरं रूप कोण्चं? जे जगण्याचं कोडं सोडवतं ते की मग जे आवलीला समजून सांगू शकत न्हाई ते? तुमच्याकडे पाहिलं की नितळ देवडोह का आठवतो? तुमचे शब्द ऐकून दरीत पाय सोडल्यागत का वाटतं? हे कवित्व कुठून आलं?

तुकाराम (आवाज) : [चिपळ्यांचा आवाज, धूप, दिव्याची मिणमिण]

करितो कवित्व म्हणाल हे कोणी । नव्हे माझी वाणी पदरीची
माझियें युक्तीचा नव्हे हा प्रकार । मज विश्वंभर बोलवितो
काय मी पामर जाणे अर्थभेद । वदवी गोविंद तेचि वदे

आवलाई : (कपड्यांच्या घड्या घालत घालत, जवळच लखूची पांडुरंगाची मूर्ती आहे) कुनीबी घरात येतं, कुनी जातं. इतं कोनाला पडलीय. भिताडाला कान असते तर फुटून गेली असती. ह्या पांड्याच्या कमरेलाच कान हाय का काय म्हून ऐकाय येईना झालंय. येळेवर जर न्हाई सरळ झाले धनी तर सगळा गुताडा हुईल आयुक्षाचा. मोठ्या वन्संनी काढले सगळे दीस रडत, म्हून मीबी काढंल असं वाटत आसलं तर खुळे हायत समदे. चांगला बखोटीला धरून जाब नाय विचारला ना तर जिज्जा नाव न्हाई लावायची. संसाराची एक एक घडी आपन घालायची आनि हे कोन कुठलं इट्ठल बनून येनार. इस्कटलेला संसार म्हंजेच खरी भक्ती असती व्हय? एखादं चांगलं टाळकं ठिकान्यावर असलेलं देव काय विचार करंल की ब्वॉ, भक्ताचं मन जर रमलं सौंसारात तर तेवढंच देवाधरमाला जोडीनं जातील. हे असं भरमिष्टासारखं सगळ्या घरादाराचा सबंद तोडला उद्या तर काय करू मी? [आवली जाते.]

तुकाराम (आवाज) :

हो का पुत्र पत्नी बंधु । त्यांचा तोडावा संबंधु ।।१।।
कळों आलें खट्याळसें । शिवों नये लिंपों दोषें ।।ध्रु०।।
फोडावें मडकें । मेलें लेखीं घायें एकें ।।२।।
तुका म्हणे त्यागें । विण चुकीजेना भोगें ।।३।।

लखुबाई : हां हे खरंय पन, येका चाकात जरी खोट असली तरी आख्खी बैलगाडी एका बाजूला ओढत चालती की न्हाई? आणि महिनाभर 'का तिरपं चाल्लेय' म्हणून बिचारं जनावरंच रट्टे खात रहातात. देव तुम्हाला पाहिजे तिथं सुकरूप नेईल पण तुमच्या दोन चाकातलं येक डुगडुगतं चाक तुमी दुरुस कराया नको? किती दिस जनावराने पाठीवर वळ झेलत रायचं?

आवलाई : कधी दिसू तं दे मला खराखुरा. न्हाई हाताला धरून पाठीवर वळ ओढले तर काये मग...

लखुबाई : कुनाशी बोलत होती ग?

आवलाई : न्हाई, न्हाई कुटं काय! (झाडायला घेते) उगा आपलं टकळी चालू ठुवायची. बुवांसोबत असताना एकटीच बडबडतेय असं वाटत राहतं तसंच समजा. पायातला काटा काढाय कोण आल्ता तो इचार करत हुते.

लखुबाई : तुझ्या पायातला काटा काडायला आला तो (आतून चिपळ्यांचा मंद आवाज) उभट चेहऱ्याचा होता, मस्तकावर मुकुटासारखा उंच कंगोरी टोप होता. थोडं नीट पाहिलं तर वर शिवलिंग होतं टोपाच्या वरती. फुगरट गाल, कानात मकर कुंडलं, गळ्यात कौस्तुभ मनी, दोन्ही हातात अंगद, पाठीवर शिंके, मनगटात मनीबंध, कमरेला तीनपदरी मेखला, पायाला कसलीतरी खूण, कमरेला वस्त्र आन् सोगा पार पायापर्यंत, काळं घोंगडं, कपाळावं ब्रह्मांडासारखा अबीरबुक्का आन् दोन्ही हात कमरेवर, काळीसावळी काया!

आवलाई : म्हनजे? तू तं त्या इठ्याचं... इठ्या आल्ता? [चिपळ्यांचा मंद आवाज वाढत जातो.]

तुकाराम (आवाज) :

येई गा विठ्ठला येई गा विठ्ठला ।
प्राण हा फुटला आळविता ।। १ ।।
पडियेलो वनी थोर चिंतवनी ।
उशीर का अजुनि लावियेला ।। २ ।।
काय तुझ नाही लौकिकाची शंका ।
आपुल्या बाळका मोकलिता ।। ३ ।।
तुका म्हणे बहु खंति वाटे जीवा ।
धरियेले देवा दुरी दिसे ।। ४ ।।

[मध्यांतर]

अंक दुसरा

प्रवेश पहिला

[नदीचा दगडी काठ, पाण्याचा आवाज]
[आवलाई काठावर पाण्यात पाय सोडून बसलेली, लखुबाई धुणी धूत आहे.]

लखुबाई : (गीत)

कळो आले राया
देवा तुझे खेळ । वातीमधे पीळ
आतडीचा ।।१।।
आम्हा पडे कूट
नवे कूट देई । उत्तरांचे ठाई
खोदकाम ।।२।।
देवा तुझे रूप
तेजोमय आभा । तुक्या झाला आम्हा
लोलकाचा ।।३।।
रखु म्हणे आता
नको लखु रूप । पिळलेले तूच
सोडवावे ।।४।।

[गाणे सुरू असताना प्रकाशयोजनेत बदल. पाऊस येतो आणि आवली तिथून घाईत निघून जाते.]
[विज कडाडते... आधी पावसाचा आवाज येतो. नंतर पत्र्यावर पडणाऱ्या पावसाचा आवाज. आवली दाराशी येऊन घरात पाहते. तिला भीती

३२

वाटत होती तेच झालं... स्वैपाकघराचं छत गळत होतं आणि पाणी पण साचायला सुरुवात झाली. आवली स्वैपाकघरात गळक्या छताखाली भांडी ठेवतेय आणि साचलेलं पाणी बाहेर फेकतेय. तिची लगबग सुरू.]

आवलाई : ह्या पावसाला काय रोग झालाय बाईऽऽऽ तरी शंभरदा सांगितलं कौलं बदलू, कौलं बदलू पण न्हाई. न्हाई बदलायची तर निदान फटी तरी लिपायच्या हुत्या. झालाच घोळ. न्हाई न्हाई म्हणुस्तोवर ही इंद्रायणी मेली पार सैपाकघरास्तोवर आलीय. आता पाऊस झेलाय भांडी ठुली तर सैपाक कशात कराव बाई?

[दाराशी लखुबाईला पाहते.] ए अगं, प्हाते काय? चल मदतीला जरा! काय बाई एक एक लोकं मिळालीय? निस्ती कमरेवर हात ठून बघतच बसत्यात!

[लखुबाई आत येऊन तिचा हात धरून तिला शांतपणे बाहेर नेते. सगळीकडे निळाशार पाऊसरंग.]

अगं? येडी झाली की काय? अगं पाऊस तर प्हाय? ए बये? अगं?

लखुबाई : (तिला समोरासमोर उभं करून) शेवटचं पावसात कदी भिजली हुती?

आवलाई : पावसात कदी भिजली? खुळ्यावानी काय ग तुझं! [जायला लागते.]

लखुबाई : (तिला ठामपणे थांबवत) पावसात शेवटचं कधी भिजली हुती?

आवलाई : (गोंधळलेल्या अवस्थेत आठवून) ते त्या दिवशी कपडे सुकायला हुते आन् अचानक पाऊस आल्ता तवा चुकून भिजले.

लखुबाई : चुकून नाई, ठरवून कधी भिजली? त्या तिथल्या तिवडीच्या फुलांचा वास येतो रोज इथवर. शेवटचा कधी साठवला व्हता श्वासात? असा नाही (वर पाहायला लावत) असा कधी पाहिला होता पाऊस शेवटचा? शेवटच्या सुया कधी टोचून घेतल्या होत्या सर्वांगात? त्रागा, वैताग, चिडचिड, संवसार, चिंता, सगळं बाजूला ठेवून पाऊस अगदी खोल आत मुरेपर्यंत कधी उभी राहिली हुती पावसात? देहभर श्वास भरून मोकळं कधी ओरडलीस शेवटचं?

आवलाई : डोंगरावर ह्यानला आवाज देतेच की!

लखुबाई : कसा?

आवलाई : आवो! आवो!

लखुबाई : आता सकाळी आंगन झाडते तशा कपाळावरच्या आठ्या कमी कर, जर-तरच्या भिवया सैल सोड, कुनी कुनासाठी थांबलंय? कुनी कुनासाठी का थांबावं? करपायच्या आधी खरपूस झाल्या झाल्या उलथाची भाकर, फोडणी तांबूस झाल्या झाल्या ओतायची भाजी, उतू जाण्याच्या आत उतरवायचं भांडं. का? कडेलोटाच्या क्षणापर्यंत पोहचून परत माघारी का फिरायचं ग सारखं आपणच? एखादी भाकर करपून गेली, करपू दे. एखादा कढ उतू गेला, जाऊ दे. एखादी उकळी ओघळ झाली, हू दे. इतकी स्वत:ची तंद्री कधी लागली होती शेवटची? स्वत:त हरवल्याचा शेवटचा क्षण कोणता होता ग तुझा? आता येतोय त्या तिवडीच्या फुलांचा वास भरून घे अंगभर... आता मोक्कळं ओरड पण चिंता नको, कुनाचं बांधलेपण नको, कपाळावर आठ्या नको, आवाज कातर नको, हाताची थरथर नको, आता ओरड!

आवलाई : आवो! आवो!

लखुबाई : मोकळी होऊन ओरड! कुनी बघनार नाहीए तुला! कुनीच काही म्हननार नाही! फक्त तू एकटी आहेस इथं!

आवलाई : आवो! आवोऽऽऽ!

[आवलाई गोल गोल फिरतेय. भिजतेय... लखुबाई हळूच तिला सोडून मागे मागे सरकत तिला दुरून पाहतेय.]

[प्रकाशयोजनेत बदल, पाऊस जाऊन नदीचा काठ]

लखुबाई : का ग? लई गप गप?

आवलाई : पाऊस यील की काय वाटत हुतं. मला इथं इंद्राणीला आलं की का काय माहिती जरा भ्याच वाटतं आता!

लखुबाई : इंद्राणीला काय भ्याचं?

आवलाई : कधी अशी एकदम अंगाव आल्यासारखी वाटती, कधी मला आत आत ओढतीय अशी वाटती.

लखुबाई : बये, आपण बायकांना पाण्याचं भेव नसावं कधी. आपण बायकांना सडासारवायला सकाळी लागतं ते पानीच! कुनी प्रेमाने पाहिलं तरी आपल्या काळजाचं आधी होतं ते पानीच! कुनी मायेचं घरी आलं की आपण आधी विचारतो ते पानीच! डोळ्याच्या कडेला साकळतं ते पानीच! कुनाची वाट पहायला लागतो तेव्हा आपन काठावर आन् समोर

असतं ते पानीच! मग ते पानी तुझ्यासाठी इंद्राणी होते आन् कुणासाठी तरी यमुना.

आवलाई : आमचे बुवा जेव्हापासून भजनी लागले तेव्हापासून मला ह्या इंद्राणीचं भेव वाटतं. एकदा असेच रात्री उठले आन् कपाटातून सगळ्या सावकारीच्या वह्या घेऊन निघाले तरातरा. तरी बरं रात्री झोपण्याआधी इठू इठू करत टाळ कुटत बसले होते. त्यामुळे कळालं तरी की रात्रीचे उठून निघाले ते!

लखुबाई : म्हण्जे?

आवलाई : ते राती नित्यनेम टाळ कुटीत बसले आनि तशीच झोप लागली त्यानला! मग काय आलं ध्यान तसेच उठले. तवा तो हातातून निसटलेला टाळ पायाशीच पडला. त्या टाळदोरीची निरगाठ पडली त्यानच्या पायाला ह्याचं पण त्यानला ध्यान नाही. निघाले तसेच. त्याच टाळाचा आवाज झाल्ता. काट्याकुट्यासारखा अंधार तुडवीत थेट इथंच इंद्राणीशी आले. आनि उतरले कमरेपर्यंत पाण्यात. कान्हाभावोजी समजावून थकले. मी शिव्या घालून थकले. तेव्हा काय सुचलं त्यानला तर त्यानी अर्धे सावकारी वह्या परत भावोजीला दिल्या. म्हणे 'ही झाली आपली खातेवाटप'. आन् स्वत:च्या सावकारी हिश्शाचे सगळे कागदं अळूची पानं वाहून जावी तशी वाहून जाताना पाहिली मी माझ्या सोताच्या डोळ्यांनी.

लखुबाई : सगळी सावकारी गेली?

आवलाई : आमच्या हिश्शाची सगळी!

लखुबाई : मग घर कसं चाललं? धन, दौलत, आडका सगळं गेलं?

आवलाई : (उपरोधिकपणे) धन आहे ना. आम्हा घरी धन, शब्दाचीं रत्ने । एक एक करत सगळं गिळून टाकलं त्या काळ्याने. दुखकाळ आला, सावकारी गेली नंतर एक एक करत भरल्या घरातली लहान-थोर माणसं गेली. सगळं गेलं. आमच्या घराला इठ्ठल नावाची चिघळलेली जखम झालीय. हे दुखनं आजचं नाही, आधीपासूनचंच.

लखुबाई : त्यांनी हे नेमकं कशासाठी केलं आनि मुख्य म्हणजे कोणासाठी?

[आवलाई लांब जाऊन बसते, लखुबाई धुणी धुतेय.]

आवलाई : (गीत)

माझ्या कोटी शिव्या । तुझ्या येवो ठायि । विटे तुझ्या पायी । तडे जावो
माझ्या लक्ष शिव्या । तुझी उडे झोप । तुझा शिवटोप । डुगडुगा
हजारो कुबोल । तुला येवो राग । जगाला कजाग । आवलाई
कुशब्द शेकडो । तुला मी घालते । तुला मी जाणते । काळतोंड्या
दहाएक शिव्या । नैवेद्याला देते । सावकारी खाते । उरलेले
एकली मी उरे । ये विचार रे जाब । माझा जवाब । दर्शनी घे

लखुबाई : (रागाने धुणे धुतेय, चिडचिड करत अचानक थांबते, वर बघते, विठ्ठलाला उद्देशून) चिडू नाही तर काय करू? काय काय ऐकायचं अजून? तिचं दु:ख खरंखोटं तिच्याकडे पण त्याचा दोषही तुम्हाला? आन् अशा बाईसाठी तुम्ही मला राबायला सांगता? उठता बसता तुमचा उद्धार कशी ऐकू मी? आन् हिच्या पायात काटा रुतल्यावर निद्रेतून दचकून जागं व्हावं तसे धावत आला तुम्ही? तुकोबा भला माणूस आहे मान्य आहे पण मग त्यासाठी तुम्हाला बोल लागतोय त्याचं काय? आन् त्याच्या तरी वाट्याला हे चटके का? मी तुमच्यावर रुसून दिंडीरवनात निघून गेल्याचा सूड आहे का हा? असेल तर तसं सांगा. रुक्मिणीचे भोग रखुमाईला भोगावे लागणार नाहीत असं वाटलं होतं श्रीरंगा!

[अंधार]

[विंगेतून फक्त चिपळ्यांचे मंद आवाज आणि तुकोबांचा आवाज. लखुबाई सुपात धान्य पाखडतेय आन् आवलाई मोठ्या खलबत्त्याने काहीतरी कुटतेय अशी घरगुती कामे. तुकाराम बसलेत. तिकडे आत पाहत. कधी आपसात बोलत दोघींची कामे चालू आहेत.]

तुकाराम (आवाज) :

हाचि नेम आता न फिरे माघारी । बैसले शेजारी गोविंदाचे ।।
घररिघी जाले पट्टराणी बळे । वरिले सांवळे परब्रह्म ।।
बळीयाचा अंगसंग जाला आता । नाही भय चिंता तुका म्हणे ।।

आवलाई : हे मला काल काय म्हण्ले माहिती?

लखुबाई : काय?

आवलाई : पोरगी झाली तर इंद्राणी नाव ठिऊ आन् पोरगं झालं तर विठोबा!

लखुबाई : मग?

आवलाई : इंद्राणीचं मला भेव वाटतं. विठोबा नावं ठुलं आन् माझं पोरगं काळंबिंद्रं निघालं तर?

लखुबाई : तुझी पायाची जखम कधी भरंल कुणाला मायती!

[सूप आन् कुटण्याच्या आवाजात.]

आवलाई : काल एक स्वप्न पडलं... बुवा एकटे चालत चालत परत नदीकडे निघाले आहेत. त्यानच्या हातात वह्यांचं बाड व्हतं. पन त्या सावकारी वह्या नव्हत्या. लय जास्त वह्या हुत्या. मी त्यानच्या मागं मागं त्याना आवाज देत देत पळतेय. पण ते लक्षच दित न्हाईत. गावाच्या गल्ल्यामधी लोकं धुळवड खेळतायत. बुवा त्या धुळीमधे चालतायत मी त्यानच्या मागे मागे. अचानक पाऊस सुरू झाला. सगळीकडं निळंजांभळं वातावरण तयार झालं. बुवा पाण्यात उतरले. कमरेपर्यंत पाण्यात. मीबी त्याना हाका मारत मारत पाण्यात जाऊन उतरले आनि आता त्यानच्या पाठमोरी उभे राहिले. ते एकदम नदीच्या मधी वह्या घेऊन उभे. वरतून पाऊस. मी त्यानच्या उजव्या खांद्याला हात लावला आन् म्हणाले 'अहो?' त्यानी हळूच वळून माझ्याकडे पाहिलं. पण त्यानच्या हातात वह्या नव्हत्या. मी विचारलं, 'घरातून निघाले तेव्हा वह्या होत्या हातात.' ते फक्त हसले आन् नेहमीसारखे निश्चिंतीने दोनी हात वर करून म्हणाले, 'पांडुरंग, पांडुरंग'. आन् वरतून प्रचंड कागदांचा पाऊस सुरू झाला. थोड्या वेळापूर्वी पडणारा पाण्याचा पाऊस आता पानांचा पाऊस झाला होता. मी एक कागद उचलला.

देवाची ते खूण, आली ज्याच्या घरा । त्याच्या पडे चिरा मनुष्यपणा ।।
देवाची ते खूण, करावे वाटोळे । आपणा वेगळे कोणी नाही ।।
देवाची ते खूण, तोडी मायाजाळ । आणि हे सकळ जग हरी ।।
पहा देवे तेचि बळकाविले स्थळ ।। तुक्यापे सकळ चिन्हे त्याची ।।

सगळी नदी दुथडी भरून वह्यांची पाने. सगळ्या पानांवर त्यानचीच तेच थोडी तिरपी तिरपी अक्षरं. जितकी लांब नजर जाईल तिथे दूरवर फक्त पानंच. आजूबाजूची झाडं चालत चालत तुकोबांच्या मागे येऊन दिंडीत उभी राहिली आन् तुकोबांनी वाकून नदीतून पानी हातात घेतल्यासारखं केलं पण ओंजळीत पानी न्हाई धुळवडीचा रंग होता. मंजुळवानी हसून ते रंग माझ्या गाली लावाय पुढे होतात आन् मी दचकून जागी व्हते.

लखुबाई : एक विचारू? तुझा नवरा कधी आला तर घरी येतो, नाही तर डोंगरावर. इठूनामात घरी आला तर बाहेरच्या देवळाबाहेर कीर्तनं. गावातले भट त्याचा इस्कोट कराय मागे टपलेले. आता तर सावकारी बुडवल्यानंतर कालपर्यंत जे लोकं त्याला तुकाशेट म्हणायचे तेबी त्याला लाकडाची मोळी घरी पोचून दे, रात्री शेतराखणीला ये अशी काहीबाही कामं सांगाय लागली. ज्या लोकांयची सावकारी बुडवून त्याना कर्जातून मुक्त केलं त्यानीच त्याला नालायक ठरवलं. तुकोबा अशा लोकांयसाठी नदी पोहून जातात ज्यानी त्यानच्यासाठी कधी पूलबी पार केला नाही. तुझं माहेरी चांगलं सावकारी घर होतं. आन् इथं जर इत्का त्रास, रोज भांड्याला भांडं लागतं तर थांबली कशी? खायला-प्याला म्हाग झालं तरी तू इथं का थांबली? गेली का न्हाई?

आवलाई : रुसायचं काम रखुमाईचं. देवी हाय ती. आपण कुटं देवबिव? आन् म्या रुसून कुटं जाऊ? आनि मी गेले तर यांचं काय? आन् कसं का असंना लिवताबिवतात चांगलं म्हने, उगा इतके टवळे नादी लागून टाळ कुटत्यात व्हय? मी असताना निदान दोन घास बळे बळे खातात तरी. नसले तर सगळंच... त्यांच्या देवाला शिव्याशाप घालत घालत का होईना पण तिन्ही त्रिकाळ मीही त्याचेच नाव घेतेय. मीबी कजाग देवाला शिव्या का घालते माहिती?

लखुबाई : का?

आवलाई : तो एक दिवस वैतागेल आनि मला जाब विचाराया यील की का बये का? इतके बोल लावते मला? तवा मी त्या इठूरायाला हाताला धरून घरी नेईन. रिकामे भांडे दाखवेल, मग भिताडातले रिकामे खाने दाखवील, जिथं पहिले सावकारी वह्या व्हत्या, मग इंद्रायनीला घेऊन जाईल, आनि शेवटी भंडारा डोंगराव घेऊन जाईन आनि दाखवंल पाहा हे तुमचा तुकोबा. व्हईल काहीतरी. इच्छा असो नसो पण त्याला कळो दे येक जोडपं दिसरात त्याचंच नाव घेतंय. आनि असं रुसल्यावर सोडून जायचं असतं व्हय बये? घरावर रुसून निघून गेले, आनि परत यायची इच्छा झाली तेव्हा घर जागेवर नसलं तर? [हळूच निजते. पडल्या पडल्या बोलत राहते.] ह्यांनी लिवलेलं घरीदारी तर होतेच पण आता बाजारात पन पिच्छा सोडंना झालंय. म्हंजे आमचं येडं काहितरी शहानंच लिवत आसंल ना. मानसं कायमची न्हाई जात बये, गेल्यावर परतून येतात पन तव्हर घराने जागा बदलेली असते आनि आपल्याला वाटतं मानसं

कायमची गेली. मानूस विसरून जाईल इतका पन आबोला बरा न्हाई, आई. रुसलं ना की जास्त आकळून बोलायचं. पाऊस येओ न येओ प्रत्येकाने आपआपल्या वाट्याचं नांगरत राहावं.

लखुबाई : आवले? ए जिजा! निजली व्हय ग? [ती खरोखर शांत निजलेय हे पाहून] (स्वत:शी) नीज नीज!

(नि:श्वास टाकत) तुझ्या नांगरणीला पावसाशी बांधिलकी नाही, अन् माझा पाऊस कुठंतरी दुसऱ्या रानात कोसळतोय हे तुला कधीच कळायचं नाही. आपलं आभाळ आपण बांधून हक्काचा पाऊस होता आलं पाहिजे. आवले, तुला कसं सांगू? [विराम] शेवटी आपल्या जखमेवर आपल्याच पदराची चिंधी टरकून लावावी लागते आपल्या जातीला. तुझी चिंधी वेगळी माझी वेगळी! पण एक सांगू? खरा पांडुरंग मुरला तो तुकोबारायामध्येच.

देवाची ते खूण, करावे वाटोळे । आपणा वेगळे कोणी नाही ।।
देवाची ते खूण, तोडी मायाजाळ । आणि हे सकळ जग हरी ।।

फक्त समर्पण!

मी आपलं एक घेऊन बसले व्हते. आधी राधा नंतर जनी, सावळे घाव पाहायचे कुनी. किसनासोबत लग्न झालं नाई तरी 'राधेकिसना' मंत्र झाला. तो मला कसा ऐकवेल? आता 'इठूरुक्माय' मंत्र झाला पण निळ्या किसनाचे रुक्मिन-त्रास काळ्या पांडुरंगाचे रखुमाई-त्रास व्हायचे तर झालेच. मुकामार 'निळा'शार निबर होत 'काळा' झाला...

तुकाराम (आवाज) : [आवाज येतोय त्या दिशेला लखुबाई दोन पावलं पुढे जाऊन ऐकते आहे.]

मान अपमान गोवे । अवघे गुंडुनी ठेवावे ।।१।।
हें चि देवाचें दर्शन । सदा राहे समाधान ।।ध्रु.।।
शांतीची वसती । तेथें खुंटे काळगती ।।२।।
आली ऊर्मी साहे । तुका म्हणे थोडें आहे ।।३।।

[पुन्हा माघारी फिरत लखुबाई निजलेल्या आवलीकडे येते.]

लखुबाई :

(भावुक होत) एक मात्र नक्की, जिजे! पंढरीतली मंदिरं वेगळी ती वेगळीच राहणार!

कितीतरी वेळा जिवाचा पोहरा सोडलाय मी
पांडुरंगाच्या डोहात...

कधी राधेचा धीर हाताशी आला,
कधी जनीला बांधला तो सुळका,
कधी तुकारामाच्या वह्या,
आन् अगदीच काही नाही तर
कधी कधी नुसताच चिखळगाळ,
तोही गोरोबाच्याच मालकीचा असेल.
पण ज्या रित्या मनाने हे सगळेच पांडुरंग नावाच्या गाभाऱ्यात असतात
ना तो मनाचा गाभारा मला गवसला, ना तिथून उमटलेला प्रतिध्वनी.
तू मात्र गाभाऱ्याबाहेर राहूनही. गाभाऱ्याआतला घुमारा झालीस.

तुकाराम (आवाज) :

सदा माझे डोळे जडो तुझे मूर्ती । रखुमाईच्या पती सोयरिया ।।१।।
गोड तुझें रूप गोड तुझें नाम । देईं मज प्रेम सर्व काळ ।।ध्रु०।।
विठो माउलिये हाचि वर देईं । संचरोनि राहीं हृदयामाजी ।।२।।
तुका म्हणे कांहीं न मागे आणीक । तुझे पायीं सुख सर्व आहे ।।३।।

[लखुबाई आवलाईचा पाय हातात घेते. जखमेवरचे फडके हळूच काढते. हळूच पाय खाली ठेवते.]

आवले! बये जखम भरलीय बरं!

[संगीत टिपेला, आत तुकारामाचा 'पांडुरंग पांडुरंग' जयघोष टिपेला. लखू निघायच्या तयारीने उठते, बोचके घेते, पांडुरंगाची मूर्ती घेऊन निघते. पुन्हा येते. मूर्ती ठेवते. तिथे पडलेली नुकतीच आवलीच्या पायाची काढलेली चिंधी उचलते. झोपलेल्या आवलीला मनोभावे नमस्कार करते. पांडुरंगाकडे आणि चिंधीकडे पाहते. निघून जाते. आवलाई कूस बदलून गाढ झोपेत. तिरकस निळा उजेड आवलाईवर पडला आहे. लखुबाई घरातून गेल्यानंतर पांडुरंगाच्या मूर्तीभोवती चैतन्यमयी वातावरण. तुकारामाचे स्वर-संगीत टिपेला... हळूहळू पडदा पडतो.]

[**पडदा**]

जखम देवबाभळीची

कमलाकर नाडकर्णी

रंगमंचाच्या डाव्या बाजूच्या काळोखाला झरोक्याने फट पडते आणि उजळून निघत नऊवारी साडीतली पाठमोरी स्त्री. तिथला काळोख जातो आणि उजळते उजवी बाजू. पुन्हा पाठमोरी स्त्री. नऊवारी साडीतली. काहीशी श्रीमंत. थोडीशी कमी उंचीची. दोघी पाठमोऱ्या. एखाद्या नावाजलेल्या चित्रकाराच्या गाजलेल्या चित्रासारख्या.

अगोदरची पाठमोरी सन्मुख होते. कपाळावर ठसठशीत मोठं कुंकू. उभी. प्रकाशयोजना अशी की ती 'लार्जर दॅन लाइफ'च होते. तुकारामाची आवलाई ती हीच. शेणाने जमीन सारवते. भाकऱ्या भाजते. टोपलीत भाकऱ्या घेऊन, पोटुशी आवलाई बाजूचा डोंगर मोठ्या कष्टाने चढते. चोहोबाजूला नजर टाकत साद घालते 'आवोऽऽ! अवोऽऽ!' प्रतिसाद नाही. पुन्हा 'आवोऽऽ!' चढतेय. हाका मारतेय. टचकन पाय दुमडतो. पायातली कळ मस्तकात जाते. पायात काटा रुततो. साधा साधा नाही. देवबाभळीचा काटा. ती फतकलच मारते. काळोख होतो आणि दृश्यकाव्य उजळू लागतं.

रंगमंचाच्या उजवीकडे घाट. घाटाच्या पायऱ्या. शेवटच्या पायरीला नदीच्या संथ लाटांची चुळबुळ. मागे दीपमाळेमध्ये मोकळं आकाश. उजवीकडची 'ही' काळोखात राहून डावीकडचं सगळं न्याहाळतेय. आणि मग अंधार-उजेडाचा डावा-उजवा खेळ नाटकभर चालूच राहतो.

डावीकडे दिसते लखुमाय. लाल मळवट भरलेल्या कपाळावर पिवळी चंद्रकोर. उटी चंदनाची. आवलीचा काटा रुतलेला पाय आपल्या मांडीवर घेऊन फुंकर मारत बसलेली लखुमाय. 'काटा कुणी काढला', हा आवलीचा

प्रश्न तर प्रश्नाचं उत्तर बराच वेळ न देता एकमेकींनी व्यक्त होत राहणं याचंच होतं नाटक. गोष्टीच्या पलीकडे जाणारं वेगळं नाटक. नाटककार, दिग्दर्शक, गीतकार प्राजक्त देशमुख यांचं हे अनोखं नाटक व्यावसायिक रंगमंचावर आणण्याचं धाडस केलं भद्रकाली प्रॉडक्शनच्या प्रसाद कांबळी यांनी. नेपथ्यकार प्रदीप मुळ्ये. संगीतकार आनंद ओक. प्रकाशयोजनाकर प्रफुल्ल दीक्षित. पार्श्वगायक आनंद भाटे. वेषभूषाकार महेश शेरला यांनी एकमताने, एकचित्ताने, एक अजोड कलाविष्कार मूर्तिमंत केला.

'प्रभात' कंपनीच्या 'तुकाराम' चित्रपटानंतर आजच्या नाटक-सिनेमावाल्यांनी तुकारामाच्या वाटेला जाणं म्हणजे... हे जाणूनच की काय हा नाटककार तुकारामाच्या वाटेला थेटपणे जातच नाही. तो सरळ पुढे जातो. आवलाईकडे. 'प्रभात'च्या तुकारामाच्याही आवलीपुढे चार पावलं जाणारी आवलाई. जणू आजचीच लखुमाईही. अगदी आजचीच.

पहिल्या भेटीत दोघी एकमेकींच्या विरोधातच असतात. आवलाईला तर वाटतं आपल्या घरधन्यानं तिसरी मंगळागौरच आणली. पण मग दोघींना कळून चुकतं आपण एकाच इंद्रायणीच्या डोहातल्या आहोत. तक्रार नवऱ्याबद्दलची आहे. त्याचं संसारात लक्ष नाही. बायकोपेक्षा इतरांवरच अधिक मर्जी. बायकांनी नवऱ्यासाठी खस्ता काढायच्या आणि त्यांनी बाहेरच्यांसाठी जीव घालवायचा. दोघींची व्यथा एकच. फक्त रूप निराळं. दोघींचं मग भांडण न मिटताही मैत्र जमतं. दोघी मग आपल्या नवऱ्याशी भांडतात आणि स्वत:शीही. आक्रस्ताळी न होता. नाटकात आवलाई आणि लखुमाय दोघीच असल्या तरी तुक्याचं आणि विठूचं अस्तित्व जाणवत राहतं. एकमेकींच्या नवऱ्याजवळही त्या तक्रार करतात. 'विस्कटलेला संसार म्हणजे खरी भक्ती असते काय?' असा आवलीचा सरळ सरळ सवाल आहे. तर लखुमाय विचारते. 'कडेलोटाच्या क्षणापर्यंत पोचून परत माघारी का फिरायचं सारखं आपणच.' इंद्रायणीच्या पाण्याचं भय वाटणाऱ्या आवलाईला लखुमाय मुक्त करते आणि मग आवलाईचा नेहमीच्या 'अवोऽऽ' या हाकेत उद्रेकाचा मुक्त अनाहत नाद घुमत राहतो.

या नाटकाच्या संवादभाषेबद्दल, त्यातील अर्थगर्भतेबद्दल लिहावं तेवढं थोडंच आहे. हिशेबीपणाचा किंचितही अवलंब न करता उत्स्फूर्तपणाचा रंग घेऊन येणारे हे संवाद केवळ अविस्मरणीयच नाहीत, तर वेगळ्याच जातकुळीचे आहेत. सतीश आळेकरांचं 'महानिर्वाण' नाटक आलं तेव्हा त्यातील अनोख्या

संवादांनी जसे प्रेक्षक चक्रावून गेले तसं त्याहून अगदी भिन्न असलेल्या या नाटकातील संवादांचं आहे. ते संवाद प्रत्यक्ष ऐकण्यात खरा आनंद आहे. दोघींच्या संवादांचा ठेका कधी जुगलबंदी होतो तर कधी समेवर येतो. इंद्रायणीच्या पाण्यात बुडवलेल्या तुकारामाच्या अभंग वह्यांना नाटककाराने कसं काव्यात्म रूप दिलंय पाहा: आवली लखुबाईला तो प्रसंग कथन करतेय... ''त्यांच्या हातात वह्या नव्हत्या. मी त्यांना विचारलं. ते फक्त हसले आणि नेहमीसारखं निश्चिंतीने दोन्ही हात वर करून म्हणाले, 'पांडुरंग पांडुरंग.' अन् वरतून प्रचंड कागदांचा पाऊस सुरू झाला. थोड्या वेळापूर्वी पडणारा पाण्याचा पाऊस आता पानांचा पाऊस झाला होता. मी एक कागद उचलला देवाची ती खूण... सगळी नदी दुथडी भरून वह्यांची पाने... सगळ्या पानांवर त्यांचेच तेच. थोडी तिरपी तिरपी अक्षरं... जितकी लांब नजर जाईल, तेथे दूरवर फक्त पानांचा... आजूबाजूची झाडं चालत चालत तुकोबाच्या मागे येऊन दिंडीत उभी राहिली...'' नितांत सुंदर दिसणाऱ्या आणि श्रवणीय असणाऱ्या या नाटकाचं हे साहित्यिक रूपही मोठं लोभसवाणं आहे.

या नाटकाचा नाटककारच दिग्दर्शक आहे आणि त्याने पूर्ण प्रयोगाला उत्स्फूर्ततेचं वातावरण देण्यात कमालीचं यश मिळवलं आहे. काही ठिकाणी नृत्यात्म कोरिओग्राफ्ड हालचाली देऊन दिग्दर्शकाने छान दृश्यरूप प्राप्त करून दिलं आहे. 'पंढरीचे भूत मोठे' या गाण्याच्या वेळी दोघींचे विठोबाच्या मूर्तीशी खेळणं आणि विंगेतून फक्त हातावर उभी असलेल्या मूर्तीचं दृश्यमान होणं ही अशी एक दाद देण्याजोगी जागा. आवली झालेल्या शुभांगी सदावर्तेने आणि लखुमाई झालेल्या मानसी जोशीने मूकाभिनयाने सारा नाट्यावकाशच सचेतन केला आहे. जमीन शेणाने सारवताना, पावसात भिजताना, घाटावर धुणी धुताना प्रेक्षकही त्यांच्याबरोबर हरवून जातात. आकाश, पृथ्वी, अग्नी, पाणी, वायू या सर्वांनाच नाटककाराने, दिग्दर्शकाने नाट्यावकाशात निमंत्रित केलं आहे. विश्वंभराचं अस्तित्व असलेलं नाटक वैश्विक होतं. लेखन, दिग्दर्शन तंत्र, अभिनय आणि संगीत सगळंच कमालीचं एकजीव झालं आहे. उत्कृष्ट टीमवर्कचं हे एक आदर्श उदाहरण आहे.

आनंद ओक यांच्या संगीत दिग्दर्शनाला विशेष दाद द्यायला हवी. पार्श्वभागी आनंद भाटे यांनी गायलेले अभंग आलापीचे आहेत. पण दोघींचं गाणं गळ्यातलं आहे. ओठांतलं नाही. ते मनातून प्रकट होणारं कमालीचं आर्त आहे. जिवंत आहे. कसलीही पूर्वसूचना न देता ते अचानक सुरू होतं. ते

घायाळ करतं. धुंद करत नाही. आणि जमिनीवर झोपल्याझोपल्याही सहजपणे म्हटलं जातं. या वेगळ्या सहज सुंदर गायनाबद्दलही दोघींचं खूप खूप कौतुक करायला हवं.

कुठेही मेलोड्रामा न होता नाटक नाट्यपूर्ण होतं. या दोन कलावती आपल्या देहबोलींनी सुस्वरांनी प्रेक्षकांना गलबलून टाकतात. शब्दांनाही काकणभर अधिकच अर्थ देणारी अशी ही अभिनयशक्ती आहे. एक स्त्री दैवी आहे तर दुसरी मानवी. पण दोघींची व्यथा एकच आहे. पण म्हणून या स्त्रिया दयनीय होत नाहीत. त्या भांडणाऱ्या आहेत पण शरणागत नाहीत. म्हणून त्यांची व्यथा अधिक सच्ची आणि धारदार वाटते. स्वत:ला प्रकट करताना त्यांनी आपापल्या नवरोजींनाही उघडं केलं आहे. 'एकच प्याला'मधली गीता म्हणते, 'हे कसले मेले देव' त्याचीच प्रचिती येते.

लखुमायने आणलेल्या विठोबाच्या छोट्या मूर्तीवर झगमगणाऱ्या शेल्याची छोटी पट्टी आहे. घरातली बिनकामाची पट्टी म्हणून आवली ती पट्टी आपल्या जखमेला बांधते. जखम बरी होते. आवलीला झोप लागते. लखुमाई ती शेल्याची पट्टी काढते, मूर्ती घेते आणि जायला निघते. जाता जाता थबकते. मूर्ती आवलीच्या घरातच ठेवते. शेल्याची पट्टी मात्र घेऊन जाते. देव्हाऱ्याच्या बाहेर राहूनही आवलीला जो देव कळला तो जाणून घेण्यासाठी लखुमाई फक्त शेल्याची पट्टीच घेऊन जाते. माणूस आणि माणसातल्या देवत्वाची ही चित्रं मनोहारी आहेत.

आवलीच्या पायातला काटा निघाला. जखम बरी झाली. पण या नाटकाच्या प्रेक्षकांना झालेली जखम ताजी आहे. नाटक कसं असायला पाहिजे याची ती नटेश्वराच्या घरची खूण असेल.

– *झी मराठी दिशा, रंजन गुंजन*
शनिवार, दि. १७-२३ फेब्रुवारी २०१८

सात्त्विक नाट्यानुभूतीची अविस्मरणीय प्रचिती

जयंत पवार

नाट्यगृहात गेल्यावर नाटक बघायला आपण सज्ज होऊन बसावं आणि समोर येणाऱ्या नाटकाने आपले आडाखे पार उलटेपालटे करून एक वेगळीच अनुभूती आपल्या पदरात घालावी तसा चकित करणारा अनुभव 'संगीत देवबाभळी' या नाटकाने दिला आहे. आधी एकांकिका स्पर्धेतून लक्षवेधी कामगिरी करून झाल्यावर थेट व्यावसायिक रंगभूमीवर अवतरलेल्या या नाटकात व्यावसायिक गणितात बसावं असं काहीही नाही. या नाटकात मोठ्या नाट्यमय घटना नाहीत; नाट्यपूर्ण कलाटण्या नाहीत किंवा त्याचं सादरीकरणही वेगवान नाही. हा एक साधा संवाद आहे. दोन बायकांतला. छोट्या छोट्या तुकड्यांतून होणारा. नाटकाचा पैस तसा छोटा आहे. पण त्यातून मांडला जाणारा आशय इंद्रायणीच्या डोहाइतका खोल. गलबलून टाकणारा. नाटकाची धिमी लय चटपटीत, गतिमान सादरीकरणांची सवय झालेल्या रसिकांना आता सवयीची राहिलेली नाही, पण 'देवबाभळी'तल्या दोन बायका गुंगवून ठेवतात. नकळत आपल्या पदरात जास्तीचं काही ठेवून जातात. नाटकाचं संगीत अवघ्या नाट्यालाच एक नाद देऊन जातं आणि हा नाद नाट्याशयाशी समरूप होतो.

असा वेगळा हुरहुर लावणारा, अत्यंत नाजूक अनुभव शब्दबद्ध करणाऱ्या संहितेचा लेखक आणि तो अनुभव रंगमंचावर आकाराला आणणारा दिग्दर्शक एकच आहे, प्राजक्त देशमुख. तो ज्या दोन बायकांची गोष्ट ('गोष्ट' हा शब्द वाच्यार्थाने घ्यायचा नाही. कारण नाटकाला गोष्टच नाही.) मांडतो, त्यातली एक आहे संत तुकारामाची बायको आवली आणि दुसरी विठ्ठलाची बायको रखुमाबाई. आवलीच्या पायातला काटा विठ्ठलाने काढला, या आख्यायिकेचा

आधार घेऊन प्राजक्त देशमुख यांनी या दोन अलक्षित स्त्रियांना एकत्र आणायचा घातलेला घाटच लक्षणीय आहे. तुकोबांना न्याहारी घेऊन चाललेल्या आवलीच्या पायात काटा रुततो अणि ती बेशुद्ध पडते. त्यानंतर विठ्ठलाच्या आज्ञेवरून आणि तुकोबांच्या विनंतीला मान देऊन रखुमाबाई लखुबाई होऊन आवलीला घेऊन घरी येते. तिचा पाय बरा होईपर्यंत तिची शुश्रूषा करते. तिला घरकामात मदत करते. या दरम्यान दोघी बोलतात. कधी एकमेकींशी, तर कधी आपापल्या नवऱ्याशी, तर कधी एकदुसरीच्या नवऱ्याशी. पण गंमत अशी की या संवादात नवरे गहाळ आहेत. विठोबाची मूर्तीच तेवढी आहे आणि तुकोबांच्या असण्याचा केवळ आभास. त्यामुळे कधी हा एकल संवाद चालतो तर कधी दोघींचा मिळून. लखुबाई आवलीच्या भाकऱ्या थापते, धुणी धुते, पाय चेपते पण आवली बसता-उठता विठ्ठलाला शिव्या घालते. त्याला काळतोंड्या म्हणते. 'आमच्या घराला इठ्ठल नावाची चिघळलेली जखम झालीय' म्हणते, तेव्हा मात्र लखुबाई संतापाने लाही लाही होते. आपल्या पतीचा अपमान ती सहन करू शकत नाही, पण तिथून निघूनही जाऊ शकत नाही. हळूहळू तिला उमगत जातं की आवलीची वेदना खरी आहे. मग तीच विठ्ठलाला प्रश्न करते, 'ह्यांची तरी परीक्षा का पाहावी तुम्ही? एकमेकांसोबत अंतर्बाह्य ओळख असते तुमची. मग माहीत असलेल्या गोष्टीची परत परीक्षा का?' ती आवलीला मनसोक्त पावसात भिजायला लावते. स्वत:साठी काही क्षण तरी जग म्हणते. 'कडेलोटाच्या क्षणापर्यंत पोचून परत माघारी का फिरायचं ग सारखं आपणच?' असा तिचा प्रश्न आहे. ती विठ्ठलाशी भांडून, रुसून दिंडीरवनात निघून गेलेली बाई आहे. ती आवलीला विचारते, 'तुझं माहेर चांगलं सावकारी होतं. मग इथे इतका त्रास भोगत का राहिलीस तू? खायला, प्यायला महाग झालेल्या घरात थांबलीस कशी? निघून का नाही गेलीस?' ह्यावर आवलीने दिलेलं उत्तर नाटकाला एका उत्कट बिंदूवर घेऊन जातं. आवली म्हणते, 'असं रुसून सोडून जायचं असतं बये? घरावर रुसून निघून गेले आणि परत यायची इच्छा झाली तेव्हा घर जागेवर नसलं तर? ...मानूस इसरून जाईल इतका अबोला बरा न्हाई. रुसलं की जास्त आकळून बोलाचं. प्रत्येकाने आपापल्या वाट्याचं नांगरत राहावं, पाऊस येवो न येवो.' ह्या उत्तराने लखुबाईला वेगळंच आत्मभान येतं. तिला जाणवतं. आपण कितीतरी वेळा जिवाचा पोहरा पांडुरंगाच्या डोहात सोडला, पण दर खेपेला कधी राधा, कधी जनी, कधी तुकाच हाताला लागला. अगदीच नाही

तर कधी चिखलगाळ वर आला, पण तोही कदाचित गोरोबाच्याच मालकीचा असेल. आपलं काहीच नाही. आपल्याला विठ्ठल कळलाच नाही. ती आवलीला नमस्कार करून निघून जाते.

लेखकाने ज्या गावरान शब्दकळेत हा ऐवज मांडलेला आहे ती फार मनोहारी आहे. पण या शब्दकळेतून ठायी ठायी पाझरते ती स्त्री-जाणीव. प्राजक्त देशमुखांनी दोघींसाठी जी गीतं लिहिली आहेत त्यांचा बाज लोकगीतांचा आहे. त्यातूनही ही जाणीव तीव्रपणे व्यक्त होते. 'तुफानाला सांग जरा कळ काढ भावा । चुलीमधी फुकला मी आता विस्तवाला ।' अशा ओळी त्याविना लिहिल्या जाऊ शकणार नाहीत. आणखी एक वेगळीच अपरिचित संवेदना संहितेला अस्तरासारखी लिप्ताळलेली आहे. ती आहे वारकरी संवेदना. वारकऱ्याचं मार्दव आणि कारुण्य हे संहितेचं शक्तिस्थान झालं आहे. आवली आणि लखुबाई शेवटी आपापल्या नवऱ्यापाशीच येऊन ठेपतात, पण म्हणून त्याचा आशय पुरुषवादी होत नाही. आयुष्याला दिलेला नकार आणि त्याचा आहे तसा केलेला स्वीकार यांच्यातला हा झगडा बनतो. इथे अलौकिक रखुमाईला लौकिक प्रश्न पडतात तर लौकिक आवलीला अंती अलौकिकत्व प्राप्त होतं. विठ्ठलाची मूर्ती लखुबाईने तिथेच सोडून जाणं आणि त्याचा शेला, जो आवलीने पायाच्या जखमेला चिंधी म्हणून बांधला, तो सोबत घेऊन जाणं ही प्रतीकात्मकतादेखील लौकिकाच्या अलौकित्वाला अधोरेखित करून जाते. स्त्री-पुरुष हे द्वैत नसून अद्वैत आहे, याचं भान देवत्व लाभलेल्या रखुमाबाईला आवलीसारख्या संसारी बाईमुळे येतं.

या नाटकाचं संगीत हे नाटकापासून वेगळं काढता येणार नाही. आनंद ओक यांनी नाटकातील रचनांना दिलेलं संगीत हे अस्सल देशी वाणाचं आहे. सात्त्विकता हा त्याचा मोठा गुण आहे. आनंद भाटे यांनी गायलेले तुकोबांचे अभंग सात्त्विक भावाने ओथंबलेले आहेत. त्यातली तुकोबांची शब्दकळा तरारून वर येईल, हे ओक यांनी पाहिलेलं आहे हे लक्षात येतं. लखुबाईच्या गीतांना त्यांनी शास्त्रीय बाज दिला आहे तर आवलीच्या गीतांना गावरान लोकसंगीताच्या ढंगाने नेलं आहे. 'पंढरीचे भूत मोठे । आल्या गेल्या झडपी वाटे' या आवलीच्या तोंडच्या तुकोबांच्या अभंगाला वेगळी चाल देताना त्यातली 'तुका पांढरीसी गेला । पुन्हा जन्मा नाही आला ।।' ही ओळ घायाळ करते. 'माझ्या कोटी शिव्या । तुझ्या येवो ठायी' ह्या गीतातल्या प्रत्येक कडव्यात त्यांनी दीमडी, टाळ, पखवाज, तानपुरा अशा वाद्यांचा केलेला वापर गाण्याला एक प्रकारची धार प्राप्त करून देतो.

नाटकातली तिसरी अत्यंत महत्त्वाची गोष्ट म्हणजे शुभांगी सदावर्ते (आवली) आणि मानसी जोशी (लखुबाई) यांचा अभिनय. नाटकाला आतला आर्त स्वर प्राप्त करून देण्याचं मोलाचं काम या दोघीजणी करतात. कुठेही नाटकी न होता, अनाठायी आक्रमक न होता, संवादफेकीच्या कौशल्याचं प्रदर्शन घडवण्याच्या फंदात न पडता आपापल्या भूमिकांच्या पारंब्या दोघींनी घट्ट पकडल्या आहेत. दिग्दर्शकाने दोघींना स्त्रीसुलभ व्यवहारात अखंड गुंतवून ठेवलं आहे. कधी त्या चुलीपाशी भाकऱ्या थापतात, कधी धान्य पाखडतात, कधी नदीकाठावर धुणी धुतात. घरकामात अखंड व्यस्त राहत बोलत राहतात. त्यामुळे एक ओघवतेपण, सहजता या संवादाला आलेली आहे. लखुबाईचा त्रागा पुरेशा तीव्रतेने पण त्यातला संयम न ढळू देता मानसी जोशीने व्यक्त केला आहे. गाण्यातला शास्त्रीय बाज उत्तमरीत्या सांभाळत ती लखुबाईला ठाशीव आकार देते. अगदी तिच्या कपाळीच्या मळवटातून डोकावणाऱ्या चंद्रकोरीसारखा. शुभांगी सदावर्ते या अभिनेत्रीचं हे नाटकातलं पहिलंच काम, यावर विश्वास बसू नये इतक्या लीलया ती वावरली आहे. संगीताची खोल जाण तिला असल्याचं प्रत्येक क्षणी जाणवतंच, पण गद्य संवादातली नादमयताही तिला पक्की ठाऊक आहे याची प्रचिती येते. लोकमानसात कजाग, खाष्ट म्हणून प्रस्थापित झालेली आवलीची प्रतिमा तिच्या या भूमिकेमुळे पार पुसली जाऊन जगण्याचा अर्थ कळलेली व्यवहारी पण अंतर्यामी प्रेमळ बाई त्या जागी स्थापित होईल. तिचा आवाजाचा वापर, शारीर हालचाली, परिसराचं भान यातून एक मोठी समज दिसून येते. या दोन पात्रांच्या अस्तित्वातून सतत जिवंत होत गेलेला परिसर, विशेषत: आवलीचं स्वैपाकघर, इंद्रायणी, भंडाऱ्याचा डोंगर, पडणारा पाऊस, तुफान वारा यांचं सहअस्तित्व नाटकाचा अवकाश भरून आणि भारून टाकतं. हे काम प्रदीप मुळ्येंचं कल्पक नेपथ्य आणि प्रफुल्ल दीक्षितांच्या प्रकाशयोजनेमुळे साध्य झालं आहे. नेपथ्यातलं माजघर, त्यातल्या काजळलेल्या भिंती, चुलीतला धूर यामुळे एकूणच अनुभवाला सघनता आली आहे.

हा एक सर्व बाजूंनी भरत संपृक्त झालेला अनुभव व्यावसायिक रंगभूमीवर दुर्मीळ आहे.

- महाराष्ट्र टाइम्स, चौथी भिंत,
दि. १९ जानेवारी २०१८

अलवार काळजात रुतणारं संगीत – देवबाभळी

रवींद्र पाथरे

'अंधाराला अंधाराला, दिशा नाही मेली
ठेचकळ्या आभाळाला, मलमपट्टी केली।।
हात रंगल्याले, शेणाच्या रंगात
कपिलेचा गंध येतो माझ्याही अंगात।।
दारावर लोक येई, कसे माखले ग हात
सांगते मी शेण न्हाई, नवी मेंदीची ही जात।।'

नाटकाच्या प्रारंभीच संत तुकोबांची बायको आवली आपलं दुःख, आपली वेदना
या रचनेतून व्यक्त करते आणि 'सं. देवबाभळी'चं रूपरंग काय असणार आहे हे
स्वच्छपणे आपल्या डोळ्यांसमोर उभं राहतं.

संत तुकारामांची बायको आवली ही एक खाष्ट, कजाग बाई होती अशी
प्रतिमा जनमानसात रुजवली गेली आहे. 'संगीत देवबाभळी'ने मात्र तिच्या या
प्रतिमेला छेद दिला आहे. आपल्या नवऱ्याला नादी लावून संसाराचा इस्कोट
करणाऱ्या त्याच्या विठ्ठलाचा तिने राग राग करणं स्वाभाविकच नाही का? त्या
त्राग्यातून तिने विठोबाला शिव्याशाप दिल्या तर त्यात गैर काय? किंबहुना,
'स्त्रीजन्मा... ही तुझी कहाणी' हे स्त्रीजातीचं वास्तव आहे, हे 'देवबाभळी'तही
प्रत्यही जाणवत राहतं. आवलीच्या पायात काटा रुतला असता विठुरायानं तो
काढला, हा रूढ संदर्भ 'देवबाभळी'साठी बीजरूपात वापरला गेला आहे. तुकोबांना
भंडाऱ्याच्या डोंगरावर भाकरतुकडा घेऊन जाताना आवलीच्या पायात काटा
रुततो आणि साक्षात विठुरायाच तो काटा काढतो अशी प्रचलित कथा आहे.

४९

तिचा विस्तार करत लेखक-दिग्दर्शक प्राजक्त देशमुख यांनी विठोबाची पत्नी रखुमाई हिलाही तीत ओढलं आहे. या दोन्ही स्त्रियांची दु:खं कशी सारखी आहेत आणि त्याकडे पाहायचा त्यांचा दृष्टिकोनही — हे त्यांनी यात मांडलं आहे. एक देवता स्त्री आणि दुसरी मर्त्य मानव. परंतु त्यांची स्त्री म्हणूनची वेदना, जगण्याबद्दलची त्यांची खोल समज आणि त्याकडे पाहण्याची त्यांची दृष्टी यांतून हे नाट्य घडत जातं. रखुमाईचं दु:खही आवलीपेक्षा वेगळं नाही. तिच्या व्यथा-वेदनेच्या उद्‌गारांतून ते सहजी उमटतं..

'राही सवे देवा, सांग काय तुझं नातं
पोरकं पाखरु! राती वसतीला हुतं
आता अबोला अबोला, देवा दिंडीराला जाते
नको करू पाठलाग, रानोमाळी भटकते'

विठ्ठलावर रुसून रखुमाई घराबाहेर पडलीय. दिंडीरवनात ती भटकतेय. परंतु तरीही आवलीच्या पायात काटा रुतल्यावर विठ्ठलाच्या सूचनेवरून ती पोटुशी असलेल्या आवलीची सेवाशुश्रूषा करण्यासाठी तुकोबांच्या घरी कामवाली (लखुबाई) बनून जाते. मात्र, आवली तिन्हीत्रिकाळ विठ्ठलाच्या नावाने शंख करीत असल्याने आणि त्याला शिव्याशाप देत असल्याने तिला ते ऐकवत नाही. जरी ती विठ्ठलावर रुसली असली तरी त्याचा अवमान तिला सहन होत नाही. परंतु तसं स्पष्ट सांगून आवलीवर तिला संतापताही येत नाही. कारण आवली ज्या गोष्टीकरता विठ्ठलाला कोसत असते त्या तिच्या वंचनेला आपला नवराच कारण आहे हेही तिला दिसतंय. आवली एक साधी संसारी बाई आहे. अशात तिचा नवरा संसाराकडे पाठ करून विठुनामाचा गजर करत रानोमाळ भटकत असेल तर कुठली स्त्री ते सहन करील?

रखुमाईचं दु:खही यावेगळं नाही. विठ्ठलाला त्याच्या भक्तांची चाकरी करण्यात धन्यता वाटते. त्यांच्यासाठी तो काय वाट्टेल ते करतो. अगदी आताही आवलीच्या सेवेसाठी त्यानंच रखुमाईला लखुबाई बनवून धाडलं आहे. पण आपल्या पत्नीचं- रखुमाईचं दुःख मात्र तो समजू शकत नाही. आपण त्याच्या खिजगणतीतही नाही, या तीव्र जाणिवेनं ती दुखावली गेली आहे. केवळ नवऱ्याचा शब्द मोडू नये म्हणून ती आवलीची सेवा करतेय. पण तिच्या स्वतःच्या दु:खाचं काय? म्हणूनच तिला आवली आणि आपण समदुःखी आहोत असं वाटतं.

आणि ते खरंच आहे.

या दोन अलक्षित, समदु:खी स्त्रियांना एकत्र आणून लेखक-दिग्दर्शक प्राजक्त देशमुख यांनी 'सं. देवबाभळी' आकारलं आहे. त्यातून अखिल स्त्रीजातीच्या वेदनेलाच त्यांनी हात घातला आहे. माणसातील देवत्व आणि देवातील माणूसपण त्यांनी या निमित्ते ऐरणीवर आणलं आहे. आवली आणि लखूबाई यांच्यातील संवाद-विसंवादातून, त्यांच्या स्वगतांतून, पतीशी होणाऱ्या त्यांच्या अप्रत्यक्ष संवादांतून त्यांचं लौकिक-अलौकिकाशी असलेलं नातं आणि जगण्याचं भान नाटककर्त्यांने 'देवबाभळी'द्वारे सामोरं आणलं आहे. आपल्या घरात कामाला आलेली स्त्री ही विठ्ठलाची पत्नी आहे; हे आवलीला माहीत नाही. परंतु तुकोबांनी तिला 'आई' म्हटलं म्हणजे ती भली स्त्री असणार याबद्दल तिच्या मनात संदेह नाही. दुसरीकडे लखूबाईला, विठ्ठलाची ही नेमकी काय करणी आहे हे आकळत नाही. भक्त आणि त्याच्या कुटुंबीयांच्या वाट्याला दुर्दैवाचे दशावतार देऊन त्याला नेमकं काय साध्य करायचंय, हे तिला कळत नाही. आपणा दोघींना एकत्र आणण्यात आपल्या नवऱ्यांचा काहीतरी डाव असणार असा तिला संशय आहे. परंतु आपलं रूप उघड करून आवलीला ती खरं काय ते सांगू शकत नाही. त्यामुळे आवली विठोबाला देत असलेले शिव्याशाप निमुटपणे ऐकण्याखेरीज आणि मनोमनी चडफडण्याविना तिला काही करता येत नाही. आवलीनं विठोबाचा शेला आपल्या जखमेवर बांधल्याचा संताप येऊनही ती काही करू शकत नाही. या दोघींच्या आपापल्या नवऱ्याविषयी कितीही तक्रारी असल्या तरी त्याच्याविरुद्ध दुसऱ्या कुणी एक शब्दही काढलेला मात्र त्यांना खपत नाही.

या दोघींच्या संवादांतून, त्यांच्या स्वगतांतून आणि आपापल्या नवऱ्याशी केलेल्या संभाषणांतून नाट्याशय पुढे सरकतो. आवली ही हाडामांसाची माणूस आहे. त्यामुळे तिच्या ठायी माणूसपणाचे सगळे गुणदोष असणं साहजिकच. रखुमाई ही स्त्री असली तरी ती एक देवी आहे. तरीही तिच्यात माणूसपणाचे रागलोभादी विकार आहेत. स्त्रीसुलभ दोष आहेत. या दोघींचा व्यावहारिक जगापासून अलौकिकापर्यंतचा प्रवास या नाटकात रेखाटलेला आहे. आवली संसाराच्या व्याप-तापांपायी स्वत:साठी जगायचं विसरली आहे. लखूबाई तिला याची आठवण करून देते. तर आवली एके ठिकाणी लखूबाईला 'प्रत्येकानं आपल्या आपल्या वाट्याचं नांगरत राहावं. पाऊस येवो- न येवो..' ही जाणीव करून देते. दोघींचा हा प्रवास अत्यंत तरल अन् हृद्य आहे.

लेखक-दिग्दर्शक प्राजक्त देशमुख यांचं हे नाटक व्यावसायिक रंगभूमीच्या रूढ चाकोरीशी पूर्णपणे फटकून आहे. जणू मुख्य धारेला पडलेलं हे एक हळुवार,

ठाय लयीतलं स्वप्न आहे. कळीचं हळूहळू उमलत फूल व्हावं तसं हे नाटक उलगडत जातं. आशय, विषय, मांडणी आणि विचार यांचं असं अद्वैत फार क्वचित जुळून येतं. काव्यात्म, नादमधुर बोली हे या नाटकाचं एक वैशिष्ट्य. तिला एक अंगभूत लय आहे. ताल आहे. तिचं म्हणून एक संगीत आहे. या साऱ्यांचं एकजीव संयुग म्हणजे 'सं. देवबाभळी'! अवघ्या दोन पात्रांचं हे नाटक असलं (विठोबा आणि तुकाराम हे इथं भासमान स्वरूपात वावरतात.) तरी रंगावकाशात पोकळी जाणवत नाही. या दोघीच ती भरून काढायला समर्थ आहेत. या दोघींत जे काही घडतं ते नेमक्या शब्दांत व्यक्त करायला शब्द थिटे पडतात. ते प्रत्यक्षच अनुभवायला हवं. या नाटकाची 'रचना' केली गेली आहे असं बिलकूल जाणवत नाही, इतक्या नैसर्गिकपणे ते फुलत जातं. याचं श्रेय नाटककर्त्यांला जितकं आहे, तितकंच ते सादर करणाऱ्या कलाकारांनाही जातं. प्रदीप मुळ्ये यांनी मुख्य धारा रंगभूमीच्या मर्यादा उल्लंघत तुकोबांच्या घरातलं माजघर, विठोबाचं देऊळ, इंद्रायणीचा घाट, भंडाऱ्याचा डोंगर ही सारी नाट्यस्थळं सूचक नेपथ्यातून साकारली आहेत. एकाच रंगावकाशात कसल्याही विक्षेपाशिवाय ती साकारणं यासाठी कलाकाराकडे सर्जक प्रतिभाच हवी. त्यांच्या दृश्यसंकल्पनेनं नाटकाला एक आगळीच दृश्यात्मकता लाभली आहे.(जी मराठी नाटकांतून गायब असते असा आरोप केला जातो.) प्रफुल्ल दीक्षित यांची ऋतू-प्रहरांचे विविध विभ्रम दर्शविणारी प्रकाशयोजना अप्रतिम. आनंद ओक यांच्या संगीताने नाटकाला एक ठाय, सात्विक लय दिली आहे; जी व्यावसायिक रंगभूमीच्या प्रेक्षकाला सहसा झेपत नाही. परंतु इथं मात्र ती विनातक्रार स्वीकारली गेलीय, हे विशेष. गायक आनंद भाटे यांनी तुकोबांचे अभंग त्यांच्यातल्या पवित्र, सात्विक भावासह अंतर्यामीच्या उत्कटतेतून पोहोचवले आहेत. महेश शेरला यांची वेशभूषा आणि सचिन वारिक यांची रंगभूषा नाटकाला यथार्थता प्राप्त करून देते.

हे नाटक सर्वस्वी समर्थपणे पेललं आहे ते यातल्या दोघा कलाकारांनी. शुभांगी सदावर्ते यांची आवली पाहणं हा एक अविस्मरणीय अनुभव आहे. त्यांचं व्यावसायिक रंगभूमीवरचं हे पहिलंच नाटक आहे याची किंचितही जाणीव त्यांच्या आत्मविश्वासपूर्ण वावरामुळे होत नाही. गायकीवरील प्रचंड हुकूमत, अभिनयाचे आरस्पानी रंग आणि संवादातून गाण्यात त्या कधी शिरतात हे कळतही नाही. आवलीचं लोभस व्यक्तिमत्त्व तिच्या ग्रामीण बोलीसह त्यांनी प्रत्ययकारी केलं आहे. मानसी जोशी यांनी लखुबाई तिच्या घुसमटीसह संयत, परंतु ठामपणे उभी केली आहे. दोघींची संवाद जुगलबंदी त्यातल्या सूक्ष्म खाचाखोचांसह ऐकत

अलवार काळजात रुतणारं संगीत – देवबाभळी

राहावीशी वाटते. मानसी जोशी यांचं गाणं शास्त्रीय संगीत बाजाचं असल्यानं त्यात भारदस्तपणा जाणवतो. लखूबाईचं तीव्रतर दु:ख त्या 'कडेलोटाच्या क्षणापर्यंत पोहचून परत माघारी का फिरायचं ग आपणच?' या सहज फेकलेल्या वाक्यातून व्यक्त करतात. हे अवघ्या स्त्रीजातीचं दु:ख आहे. त्यावर आवलीनं दिलेलं उत्तरही मननीय आहे : 'आनी असं रुसल्यावर सोडून जायचं असतं व्हय बये? घरावर रुसून निघून गेले, आनी परत यायची इच्छा झाली तेव्हा घर जागेवर नसलं तर.? मानूस इसरून जाईल इतका अबोला बरा न्हाई, आई!' जगण्याचं सार सांगणारं आणि अलौकिकाच्या पारंब्या हाती देणारं 'संगीत देवबाभळी' सच्च्या रसिक प्रेक्षकांनी काही केल्या चुकवू नये.

– लोकसत्ता
दि. ११ फेब्रुवारी २०१८

आवलीची गाथा

संध्या नरे-पवार

संत तुकारामांची पत्नी आवली आणि विठ्ठलदेवाची पत्नी रखुमाई यांच्या अंतरीच्या वेदनांचा सल हळुवारपणे उलगडत एक देखणा नाट्यानुभव 'संगीत देवबाभळी' हे नाटक देतं. जगण्याच्या दोन टोकांवर उभ्या असलेल्या दोन स्त्रिया अवचित एकत्र येतात आणि देवबाभळीच्या काट्यापेक्षाही खोलवर सलणारी आपली भळाळती दु:खं कधी चुलीपाशी, तर कधी इंद्रायणीकाठी मोकळी करतात. आपल्या वाट्याचा पाऊस दुसऱ्याच रानात बरसतोय म्हणून सवतीमत्सराच्या सनातन दु:खाने व्याकूळ झालेली रखुमाई मूक होत विठ्ठलाची पंढरी सोडून रानोमाळ हिंडतेय, तर 'तुमचा काळतोंड्या विठ्ठल माझ्या घराबाहेर ठेवा', असं आवली तुकारामांना ठणकावून सांगतेय. आपला संसार आपलाच असावा, अशी साधीसुधी आशा-अपेक्षा बाळगत जगणाऱ्या, या दोघींच्या वाट्याला येणारी वंचना म्हणजे खोलवर ठसठसणारा देवबाभळीचा काटा आहे. पण या काट्याचंही संगीत करण्याची ताकद आवलीच्या जीवनोत्सुक आर्ततेत आहे.

तुकारामांच्या आवलीला रंगमंचावर आणत एक सळसळणारी जीवनेच्छा प्राजक्त देशमुख या लेखकाने मांडली आहे. एरवी सर्वसामान्य गृहिणी म्हणून जिची गणना केली जाईल अशा आवलीची गाथा लेखकाला मांडावीशी वाटली, हे हृद्य आहे. सॉक्रेटिसच्या झांटिपीची आठवण करून देणारी आवलीची व्यक्तिरेखा मुळातच अनोखी आहे. विठ्ठलभक्तीत दंग झालेला आपला पती तुकोबा आणि आपल्या संसाराची विपन्नावस्था करणारा काळासावळा विठ्ठल या दोघांनाही उठता-बसता कोसणारी, अद्वातद्वा

बोलणारी, आपला रोष भीडभाड न ठेवता व्यक्त करणारी आवली आपल्या वाट्याला आलेल्या संसारात पाय रोवून घट्ट उभी आहे. तोंडाने तुकारामबुवांना त्यांच्या विठ्ठल भक्तीबद्दल नावं ठेवत. हाताने ती त्यांच्यासाठी भाकऱ्या थापत आहे. भाकऱ्यांची टोपली डोक्यावर घेऊन रानोमाळ भटकत विठ्ठलनामात तल्लीन होऊन बसलेल्या तुकोबांना शोधत आहे. संसारसुखाचं पीक येवो न येवो, आपल्या वाट्याची जमीन ती नांगरत आहे; स्वकष्टाचं बी पेरत आहे. नवऱ्याची साथ लाभो न लाभो, स्वबळावर आपला संसार रेटणाऱ्या, तोंडाने आपला राग व्यक्त करत संसाराचा सारा डोलारा एकटीच्या डोक्यावर पेलणाऱ्या गृहिणी नामक कष्टकरी स्त्रियांची आवली ही प्रतिनिधी आहे. विठ्ठलावर रुसून दिंडीरवनात निघून गेलेली रखुमाई आपल्या आयुष्याची गोळाबेरीज मांडत असताना आवली मात्र हाती आलेल्या शून्याला जाब विचारत आपलं आयुष्य जगत आहे. या नाटकात आवलीचं वेगळेपण अधिक ठसठशीतपणे उठून दिसतं. तुकारामांना जेवढा विठ्ठल कळला असेल त्याहून अधिक आवलीला तुकाराम उमगले आहेत. म्हणूनच विठ्ठलाच्या रखुमाईप्रमाणे ती तुकारामावर रुसून त्यांना सोडून जात नाही. मात्र त्याच वेळी गपगुमानही राहत नाही. तिचा क्रोधाग्नी सतत तेवता आहे. तिच्या क्रोधाग्नीत तुकोबांची विठ्ठलभक्तीही तावूनसुलाखून निघत आहे.

क्रोधाग्नी हेच आवलीचे वेगळेपण आहे. कदाचित आजच्या काळातील आवलीची प्रस्तुतताही तिच्या या क्रोधातच सामावलेली आहे. आपल्या या क्रोधातून आवली केवळ तुकोबांच्या विठ्ठलभक्तीलाच आव्हान देत नाही, तर बाईपणाचा ठरावीक साचाही नाकारते. तुकोबांचे ज्येष्ठ बंधूही विठ्ठलभक्तीत दंग होऊन घरदार सोडून निघून गेले. त्यांच्या पत्नीने म्हणजे आवलीच्या जावेने हे सारे मूकपणे सोसले. पण आवली मात्र तुकोबांना ठणकावून सांगते की, 'थोरल्या वन्सनी सहन केलं, तसं मी करणार नाही. मी गप्प राहणार नाही.' आवलीचा क्रोध हाच आवलीचा विद्रोह आहे.

बाईने घरासाठी राबावं, नवऱ्यासाठी झिजावं, पण ते तोंड बंद करून, ही गृहिणी असलेल्या बाईकडून पुरुषप्रधान समाजाची परंपरागत अपेक्षा आहे. तिने सगळा त्याग करावा, आपल्या आनंदाची-सुखाची पर्वा न करता घरादारासठी राबावं, खपावं पण तोंडातून निषेधाचा एक स्वरही काढू नये. तिने कायम हसतमुख असावं. कितीही त्रास होत असला तरी ते सारं लपवून तिने

कायम आनंदीच दिसायला हवं. तिने कायम आनंदाचंच वाण वाटायला हवं. पुरुषप्रधान संस्कृती अशाच स्त्रीला आदर्श स्त्री मानते.

स्त्रीने आपला त्रास लपवायचा, आपलं दु:ख मूकपणे गिळायचं म्हणजे पुरुषप्रधान समाजाची सारी अव्यवस्था लपवायची. आपलं दु:ख लपवायचं म्हणजे पुरुषसत्तेची बेपर्वाई, कुटुंबाची, नवऱ्याची तिच्या सुख-दु:खाविषयी असलेली उदासीनता, तिच्या छोट्या छोट्या आनंदांनाही मिळणारा नकार, तिच्या अधिकारांची होणारी पायमल्ली, असं सारं सारं तिने लपवायचं. स्त्रीचा राग, स्त्रीचा संताप, क्रोध कोणालाही न घाबरता व्यक्त करणं, हे सगळं पुरुषप्रधान समाजाने ठरवलेल्या बाईपणाच्या व्याख्येत न बसणारं आहे. कारण चिडीतून, संतापातून विद्रोहाचा, बंडाचा मार्ग खुला होतो. पदोपदी नाकारले जाणारे छोटे छोटे हक्क, अधिकार, अन्याय यांची स्त्रीला जाणीव नसते, असं नाही. पण अगतिक होऊन रडणं, हा तिचा चाकोरीतला उपाय असतो. रागावणं, स्वत:साठी वेगळी वाट निवडणं, हा पर्याय समाजमान्य नसतो. यामुळेच स्वत:चे मतभेद ठामपणे व्यक्त करणारी स्त्री समाजाला नकोशी असते. पुरुषाचा संताप हे त्याच्या सत्तेचं, कर्तृत्वाचं प्रतीक मानलं जातं. याउलट स्त्रीचा संताप तिच्या बंडाचं, बेगुमानपणाचं प्रतीक मानलं जातं. शब्दांच्या माध्यमातून आपला संताप व्यक्त करणारी स्त्री, आपल्या संतापातून न्यायाची मागणी करणारी स्त्री समाजमान्य चौकटीत 'कर्कशा' ठरते. कर्कशा म्हणत तिला नाकारली जाते.

परंपरेत तुकारामाच्या आवलीची ओळख 'कर्कशा' अशीच आहे. तुकारामांना त्रास देणारी एक भांडकुदळ बाई अशा रंगातच आजवर आवली रंगवली गेली आहे. या नाटकातही आवली अशीच आहे - कर्कशा. तुकोबांना आणि त्यांच्या विठोबाला बोल बोल बोलणारी, नावं ठेवणारी, प्रश्न विचारणारी, त्यांच्या निष्क्रियतेवर बोट ठेवणारी. स्त्रीने कायम हसतमुख असायला हवं, ही समाजमान्य अपेक्षा ती धुडकावते. स्त्रीने डोळ्यांतून आसवं गाळत रडायला हवंय, ही परंपरागत वहिवाट तुकोबाची आवली नाकारतेय. याउलट डोळे गरागरा फिरवत, कंबरेवर हात ठेवून ती तुकोबांना आपल्या नादी लावणाऱ्या विठोबाला, त्याच्या निष्क्रियतेला प्रश्न विचारतेय. संसाराकडे दुर्लक्ष करणाऱ्या तुकोबांनाही बोल लावतेय. आवलीच्या तोंडाचा पट्टा ऐकून नाटकातील रखुमाईही तिला 'तुझं तोंड आहे का तुरटी?' असा प्रश्न विचारते. पण नवऱ्याच्या विठ्ठलभक्तीमुळे संसारातला सगळा गोडवा हरवलेल्या आवलीला तुरटीचा

तुरटपणाच प्रिय आहे. तिच्या कर्कशपणात एक शहाणीव समाावलेली आहे. पुरुषप्रधान समाजरचनेत बहुसंख्य स्त्रियांनी कायम आपल्या संसाराच्या सुबत्तेत समाजमान्य चौकटीतली आदर्श स्त्री बनण्याचा प्रयत्न केला. कुटुंबांतर्गत होणारा अन्याय आसवं गाळत सहन केला. क्वचित कधी उमटलेला तिचा निषेधाचा स्वर तिच्या माजघराच्या भिंतींमध्येच बंदिस्त राहिला. आवली मात्र आसवं गाळणं नाकारते. प्रत्यक्ष देवाचीही भीड ती बाळगत नाही. आवलीला चारजणींसारखं संसारसुख हवं आहे; नवऱ्याचा सहवास हवा आहे. तिची देवभक्ती जोडीने देवदर्शनाला जाण्यापुरती मर्यादित आहे. तिला चारचौघांसारखं सामान्य आयुष्य हवं आहे. पण हे साधं सरळ सामान्य आयुष्यही वाट्याला येत नाही तेव्हा आवलीच्या व्यक्तित्वातलं असामान्यपण बाहेर येतं. संतपदी पोहोचलेला नवरा आणि प्रत्यक्ष देव यांच्यासमोरही ती हार मानणं नाकारते.

आपल्या वाट्याला आलेलं आयुष्य ती स्वीकारते. त्या आयुष्यातले काबाडकष्ट ती सचोटीने करत राहते. पण त्याच वेळी त्या आयुष्याला प्रश्न विचारत बोलही लावते. त्या वेळी ती कुणाचाही मुलाहिजा बाळगत नाही. आपलं गळणारं घर, स्वैपाकघरातली रिकामी भांडी, विठूनामात हरवलेला नवरा या साऱ्यांना ओढत नेणारी आवली हा एक न वाकणारा, न मोडणारा अभंग आहे. त्यामुळे प्रत्यक्ष रखुमाईच्या भेटीनेही ती विचलित होत नाही. आवली हा समर्थ स्त्रीत्वाचा एक आविष्कार आहे. सर्वसामान्य स्त्रीमध्ये दडलेलं असामान्यपण म्हणजे आवलीची गाथा आहे. पण तरीही ही गाथा पाहताना, ऐकताना एक हुरहुर मनाशी राहतेच. आवलीचं संपूर्ण जगणं तुकोबांच्या अस्तित्वाने वेढलेलं आहे. पतीछायेत दडलेलं आहे. पण या छायेतून बाहेर आलेली आवली नेमकी कशी असेल? कडेलोटाच्या सीमेपर्यंत जाऊन परत येणं नाकारत आणि चारी दिशांनी उतू जात तुकोबांप्रमाणेच विठ्ठलभक्तीत दंग व्हावं असं कधी आवलीला वाटलं तर... आपलं आभाळ आपणच बांधावं आणि आपणच आपला पाऊस व्हावं असं कधी आवलीने ठरवलं तर...

...तर निश्चितच त्या रूपातली आवलीही आपल्या वाट्याची जमीन असोशीने, सचोटीने नांगरत राहील. विठ्ठल भेटो न भेटो.

– *दिव्य मराठी*

रविवार, दि. १ जुलै २०१८

जिवंत, रसरशीत नाट्यानुभव..!!!

चिन्मय केळकर

आवली नावाची एक स्त्री आपल्या नवऱ्याला शोधत डोंगर दऱ्या पार करत, रानावनातली वाट तुडवत भर उन्हाची निघालीय, केवळ आत्मशोधाच्या जंगलात हरवलेल्या आपल्या नवऱ्याला तहान-भुकेचं भान नसेल ह्या काळजीपोटी. ही पायपीट करत असतानाच तिच्या पायात रान-बाभळीचा काटा घुसतो; वेदना असह्य होऊन ती तो पाय उचलून एका पायावर शरीर तोलू पाहते तर काटा घुसलेला पाय पुन्हा खाली येतो आणि जखम खोलवर करत काटा अधिकच घुसतो. आवली बेशुद्ध पडते. शुद्ध येते तेव्हा बघते तर काय? ती तिच्या घरातच आहे आणि घरात चुलीपाशी दुसरीच एक स्त्री भाकऱ्या थापून भाजताना दिसतेय. आवली चांगलीच गडबडते. ती चुलीपाशी असलेली बाई कोण, कुठली? ती तिच्या घरात काय करतेय अशा प्रश्नांची सरबत्ती करते. तेव्हा तिच्या लक्षात येतं की आपल्याला काटा घुसून आपण बेशुद्ध पडल्यावर पायातला काटा काढून, जखम बांधून आपल्याला उचलून घरी आणलं गेलंय. त्यावेळी तिथून जाणाऱ्या एका वाटसरूनं आपल्याला आणलं. आणि आत्ता घरात असलेल्या बाईनं आपल्या कडची शिदोरीत आणलेली भाजी भाकर आपल्या नवऱ्याला नेऊन दिली. आणि आपल्याच नवऱ्याच्या विनंतीवरून पायाची जखम बरी होईपर्यंत ती आता इथेच आपल्या मदतीकरता राहणार आहे. ती बाई तिचं नाव लखुबाई सांगते. यानंतर लखुबाईला स्वीकारण्याशिवाय कजाग आवलीपुढे दुसरा पर्याय राहत नाही. ती हळूहळू लखुबाईला स्वीकारते; इतकंच नाही तर तिची लखुबाईशी मैत्रीही होते. जसे दिवस जातात तशी त्यांच्यातली भिंत कोसळते आणि दोघी एकमेकींशी आपल्या मनातलं सांगायला सुरुवात करतात. सांसारिक सुख-दुःखाच्या पलीकडे

जाऊन आपल्या मनातलं, खोल कप्प्यातलं हितगुज त्या एकमेकींशी करू लागतात आणि त्यातून त्यांच्या बाईपणाचा, माणूसपणाचा प्रवास घडतो . एकमेकांशी असेलली प्रेम-द्वेष, आपुलकी-तिटकारा, जोडलेपण-तुटलेपण या सगळ्याचा धांडोळा त्या अगदी नकळत घेत राहतात. त्यांच्या नवऱ्याशी असलेलं त्यांचं नातं, त्या नात्याचे वेगवेगळे पदर आणि स्तर या सगळ्याचं दर्शन घडतं. याच काळात लखुबाई आवलीच्या नवऱ्याला कबुल केल्याप्रमाणे आवलीची काळजी घेते. तिच्या जखमेवर मायेनं उपचार करते. हे करता करता आवलीचं अंतरंग जाणून घेण्याचा प्रयत्न करते. लखुबाई स्वतः तिच्या नवऱ्यावर रुसलेली आहे. नवरा तिच्याकडे लक्ष देत नाही, तिच्या मनाचा विचार करत नाही. आवलीची खंत नेमकी हीच आहे. त्यामुळे काही वेळा लखुबाई आणि आवली ह्या सहयात्री बनतात. सहवेदना लक्षात येते. कालांतरानं आवलीची जखम भरून येते. लखुबाईचं काम संपतं. आवली झोपलेली असताना लखुबाई एका क्षणी शांतपणे निघून जाते. झोपेत असलेल्या आवलीचा निरोप घेऊन. पण तोपर्यंत लखुबाईनं केवळ शरीराचीच नाही तर आवलीच्या मनाच्या जखमेवरही फुंकर घालून तिची वेदना काहीशी कमी करण्याचा प्रयत्न केला असल्याचं लक्षात येतं.

नाटक पाहून झाल्यावर मला लक्षात आलेल्या एका गोष्टीनं फार गंमत आणली. नाटक सुरू होतं तेव्हा आवलीच्या पायात काटा घुसून ती बेशुद्ध पडते. त्यानंतर तिला शुद्ध येते तेव्हा लखुबाई अर्थात रखुमाई तिच्यासोबत आहे. आणि नाटक संपतं तेव्हा ग्लानी येऊन आवली जमिनीवरच आडवी झालेली असताना रखुमाई तिचा निरोप घेऊन निघून जाते. म्हणजे जणू आवलीच्या नेणिवेतच हे सगळं नाटक घडतं. म्हणजे आपल्याला दाखवलेलं नाटक हे आवलीच्या मनाचा खेळ आहे? तिला समजून-उमजून आलेली जीवनदृष्टी आहे. नाहीतरी एरवी आपल्यालाही खोलवर दडून बसलेलं पृष्ठभागावर तरंगत येण्याकरता ग्लानीची गरज भासतेच. त्या ग्लानीतून भानावर आल्यावर, जागे झाल्यावरच वास्तवाची, सत्याची जाणीव होते. आणि तो क्षण फारच निसटता असतो. लेखकानं आवलीचा हा नाजूक, निसटता क्षण आपल्याला जणू ताणून, भिंगाखाली घालून दाखवल्यासारखं मला वाटलं.

'देवबाभळी' नाटकाची गोष्ट ही अशी काहीशी आहे. या पलीकडे नाटकाला ठसठशीत गोष्ट नाही. आणि तरीही नाटक दोन तास आपल्याला खिळवून ठेवतं. मनोरंजन करतं. हसवतं, रडवतं. विचार करायला लावतं. अंतर्मुख करतं. गंभीर करतं. ताण निर्माण करतं आणि वाढवतंसुद्धा. आपलं जगणं आणि जगण्याशी

संबंधित सार्वकालिक प्रश्न उभे करतं. तत्त्वचिंतनातून तयार होणारे गुंते आपल्यापुढे सुलभ आणि सुबोध करून मांडण्याचा प्रयत्न करतं. अर्थात त्याची उत्तरं मात्र आपल्यावर सोडतं. (आणि ते रास्तही आहे कारण नाटकाचं काम हे उत्तरं देण्याचं नाही, प्रश्न आणि विचार निर्माण करण्याचं मात्र निश्चित आहे.) तेही मनोरंजन करता करता. त्यामुळे सगळ्या प्रकारची रुची असलेल्या आणि वेगवेगळ्या पद्धतीनं जगणाऱ्या कुणालाही हे नाटक आपलंसं वाटू शकतं; इतकंच नाही तर त्यांच्या त्यांच्या मनोरंजनाची भूकही हे नाटक पूर्ण करतं.

वर सांगितलेल्या गोष्टीपलीकडे हे नाटक अनेक स्तरांवर अनेक वेगवेगळे प्रश्न उपस्थित करतं. त्याची साधक बाधक चर्चाही करतं. ही चर्चा संवादरूपानं होते. दोन वेगळे दृष्टिकोन असणाऱ्या, जगण्याची वेगवेगळी समाज असणाऱ्या स्त्रिया एकमेकींशी संवाद साधतात; त्यांच्यामधल्या अंतर्विरोधामुळे नाट्य घडत राहतं आणि स्त्रीपणाच्या सामायिक वेदनेमुळे अनेकदा त्या दोघीही समान पातळीवर येतात.

या नाटकातली पात्रं ही तसं पाह्यला गेलं तर आपल्या ओळखीचीच आहेत. त्यांच्याबद्दल आपण कथा, पोथ्या, इतिहास, दंतकथा ऐकलेल्या आहेत. मराठी संस्कृतीचा धांडोळा घेताना ह्या व्यक्तिरेखा भेटल्या नाहीत असं होत नाही, होऊ नये. संत तुकाराम, त्याची पत्नी आवली, देवरूप पांडुरंग आणि त्याची बायको रखुमाई ह्या त्या चार व्यक्तिरेखा. ह्यांची लौकिकार्थानं आपल्याला असलेली ओळख नाटककार मुद्दाम वेगळी करून देत नाही. किंबहुना नाटकात त्यांच्याबद्दलच्या लोकप्रिय कथा, दंतकथा आणि ज्यामुळे त्या व्यक्तिरेखा larger than life झाल्या आहेत त्याचा उल्लेख नाटकात मुद्दामच टाळलेला दिसतो. नाटककाराला त्यांच्या भव्यदिव्यत्वाची प्रचीती त्यांच्या चमत्कारातून दाखवण्याची गरज फारशी भासलेली नाही. तसंच त्यांच्या अलौकिक अशा प्रतिमेच्याही फार मोहात न पडता तो मानवी व्यवहाराच्या पातळीवरच त्यांच्याकडे पाहण्याचा प्रयत्न करतो. तरीही काही ठिकाणी त्यांच्या दिव्यत्वाची ओढ त्याला लागलेली दिसतेच आणि मला वाटतं, ते अटळ आहे. पण मग या प्रसिद्ध व्यक्तिरेखांचं नाटककार करतो काय हे पाहणं जास्त रंजक आणि उत्सुकतेचं आहे. तर, मला वाटतं तो त्या सगळ्यांना 'तत्त्व' म्हणून सादर करण्याचा प्रामाणिक प्रयत्न नाटकात सुरुवातीपासून शेवटपर्यंत करतो. तुकाराम काय किंवा आवली काय, पांडुरंग काय किंवा रखुमाई काय, एका क्षणी ह्यांच्या पूर्वपीठीका, त्याचं लिंग, ह्या पलीकडे जाऊन ते एक तत्त्व आहे... आणि ही चारही तत्त्वं एकमेकांसमोर

आल्यावर उभा राहिलेला आध्यात्मिक आणि तत्त्वचिंतनात्मक पेच आहे. आणि म्हणूनच की काय, नाटकाच्या शेवटाकडे ही सगळी तत्त्वं एकरूप होऊन आपल्यासमोर आल्यासारखी वाटतात. या व्यक्तिरेखांचे अंतर्गत संघर्ष हे एकमेकांशी संवाद साधत आपल्या मनात आपल्या जगण्याबद्दलचे, जीवनदृष्टीबद्दलचे आणि माणूसपण-देवपणा याबद्दलचे प्रश्न आपसूक उभे करतात. त्यामुळेच त्यातलं नाट्य हे आपल्याला एकाचवेळी larger than life असा अनुभव देतं आणि वास्तववादाची नाळ तुटू देत नाही.

तुकारामाची आसक्ती आवलीला कळत नाही असं मुळीच नाही. पण तिची आसक्ती कुणीतरी समजून घ्यावी इतकं मात्र तिला नक्कीच वाटतं. तुकाराम ज्या पांडुरंग नामक देवाचं नामस्मरण करतो त्यानं तरी ती समजून घ्यायला हवी आणि ती समजल्याची खूण दाखवायला हवी, असं आवलीला वाटतं. रखुमाई तिच्या घरात येते ती तिची शुश्रुषा करणारी सहकारी म्हणून. सुरुवातीला ती तिचा दुस्वास करते ते केवळ व्यावहारिक सावधतेपोटी. खरंतर तिला हळूहळू लक्षात येतं की आपली आसक्ती समजून देता येईल, आपल्या मनातलं साचून राह्यलेलं सगळं मोकळं करता येईल; अशी एक सखीच आपल्याला मिळाली आहे. पण तिच्या स्वभावानुसार ती तसं बोलून दाखवत नाही. आपल्यालाही त्याची प्रचीती हळूहळू येत जाते. नाटककार सगळं चमच्यानं भरवायची घाई इथे करत नाही आणि आवलीची भूमिका साकारणारी अभिनेत्री शुभांगी सदावर्तेसुद्धा आवलीला गाठ सोडवायला लागलेला वेळ आणि तिच्या मनाचा गुंता फार समंजसपणे, धीरानं, आपल्यापुढे मांडते; तिला तो जसजसा उलगडत जाईल तसा. नाटक मध्यावर येतं तेव्हा आवलीला रखुमाईकडून एक अलौकिक अशी दृष्टी मिळते. तिथे त्या दोघींच्या नात्याला एक वेगळा पदर असल्याचं लक्षात यायला लागतं. आणि नाटकाच्या शेवटी आपोआपच कळतं की आवलीची आसक्ती रखुमाईला कळलेली आहे. तिला ती कळावी यासाठीच हा सगळा खेळ रचला गेला आहे. रखुमाईची भूमिका करणारी अभिनेत्री मानसी जोशी रखुमाईचा पेचही स्वतः समजून घेते आणि आपल्याला तिच्या सादरीकरणातून फार खुबीनं समजावून सांगते, असं वाटत राहतं. ती आवलीची सखी बनते तशीच आपलीही. आवलीच्या पायात घुसलेला काटा हे निमित्त. पण पांडुरंगाच्या योजनेचा भाग म्हणून आणि तुकारामाच्या सांगण्यावरून ती आवलीकडे आलेली आहे. आपण नेमक्या कुठल्या योजनेचा भाग आहोत हे तिला समजलेलं नाही. ते समजून घेण्याचा ती आटोकाट प्रयत्न करत राहते. शेवटी कोडं सुटत नाही म्हणून आपल्या नवऱ्याला कळवळून

साद घालत आपल्या मनातला प्रश्न विचारते. त्यावेळी तीसुद्धा आवलीइतकीच भाबडी आणि हतबल वाटते. पण शेवटी ते उत्तर आपलं आपल्यालाच शोधावं लागणार आहे हे तिच्या लक्षात येतं. ते आयतं कुणाकडून मिळालं तर ह्या सगळ्या खेळाचा मूळ उद्देशच संपून जाईल. आवलीची सखी होणं, तिला समजून घेणं आणि पर्यायानं तुकोबांना समजून घेणं हे काही साधं काम नाही हे तिच्या लक्षात येतं. तुकोबा आपल्या भक्तिभावात जितके मग्न आहेत, ते आपल्या श्रद्धास्थानावर जितकं प्रेम करतात तितकंच प्रेम आणि भक्ती आवली त्यांच्यावर करते. ती बोलायला कजाग असेल पण समजुतीनं तुकोबांच्या बरोबरीचीच आहे हे रखुमाईच्या लक्षात येतं. आणि त्या दोघांचं जगावेगळं नातं समजून घेतानाच तिला तिच्या आणि पांडुरंगाच्या अनाकलनीय नात्यातला गुंताही समजतो. देवत्व लाभलेल्या ह्या बाईला त्यासाठी माणूसपणाच्या वेदना समजून घ्याव्या लागतात; हा पीळ नाटककारानं फारच सुंदर घातला आहे. आणि मानसी जोशी ही अत्यंत गुणी अभिनेत्री तो सगळा गुंता समजून घेऊन अतिशय ताकदीनं सादर करते.

ह्या दोन्ही अभिनेत्री अत्यंत महत्त्वाचं काम करतात. मराठी रंगभूमीवर इतक्या पोटतिडकीनं, समजुतीनं आणि भावविकल होऊन आणि तरीही तंत्रावर हुकूमत ठेवून रंगभान बाळगणाऱ्या अभिनेत्री फार कमी वेळा दिसतात. ह्या दोघी तशा अभिनेत्री आहेत. वास्तववादी अभिनयशैलीचं बोट पकडलेलं असतानाच किंचित अतिनाट्याची डूब देत (आवश्यक तितकीच) त्या दोघीही आपापल्या व्यक्तिरेखा ठसठशीत करतात आणि तरीही त्यातले व्यक्त होण्याचे आणि अव्यक्त राहण्याचे क्षण ओळखून संयत अभिनय करतात. एक अप्रतिम असा दृक्श्राव्य अनुभव देतात. त्यांची देहबोली, सूर, ताल, हावभाव, चाल, आवाजाची पट्टी, विरामाच्या जागा, गाण्यातल्या हरकती यावर त्यांच्या दिग्दर्शकानं तर काम केलं असेलच पण त्या दोघींची मेहनतही दिसतेच.

हे नाटक अनेकांना आवली आणि रखुमाई या दोन स्त्रियांच्या सोसलेपणाचं नाटक वाटू शकेल, त्याबद्दल ते आहेही. पण त्याचा आशय तितकाच संकुचित राहत नाही; हे नाटक काळजीपूर्वक ऐकलं आणि पाहिलं तर जाणवतं.

पडदा उघडतो तेव्हा रंगमंचावर प्रेक्षकांच्या डाव्या बाजूला आवलीच्या घराचं वास्तववादी नेपथ्य दिसतं. आणि उजव्या बाजूला असलेला नदीच्या घाटाचा आभास निर्माण करणारा देखावा लेव्हल्स आणि छायाप्रकाशाच्या मदतीनं दिसत राहतो. रंगमंचाच्या समोरच्या भागात, मध्यभागी असलेला अवकाश मोकळा दिसतो आणि घाटाच्या मागे, रंगमंचाच्या बरोबर मध्ये एक खांब, खुंटी असलेला,

जिवंत, रसरशीत नाट्यानुभव..!!!

त्याखाली असलेलं लिखाणाचं बसकं मेज आणि खुंटीला अडकवलेलं पागोटं, मेजावरची लिखाणाची पानं आवलीच्या नवऱ्याचं, तुकारामाचं पर्यायानं संत तुकारामाचं अस्तित्व दर्शवतात. तुकाराम साकारणारी व्यक्ती आपल्याला संपूर्ण नाटकात कुठेच दिसत नाही. ती आहे अशी कल्पना करून प्रत्येक जण तुकारामाची आपापली प्रतिमा मनातल्या मनात तयार करत राहतो.

सगळ्यात मागे, भिंतीलगत असलेला पडदा आणि त्यावर सतत पडलेला प्रकाश एक अनंत, असीम असं अवकाश आपल्या मनात उभं करतो. आणि नाटकातल्या पात्रांच्या (आवली आणि लखुबाई) मनातलं आपल्याला कळलेलं, जाणवलेलं; पण नाटकात प्रत्यक्ष न दाखवलेलं चित्र कल्पनेनं रंगवायला जणू मोकळा कॅनव्हास देऊ करतो. नाटकात केवळ उल्लेखानं आलेल्या व्यक्ती, प्रसंग, ते जिथे घडतात त्या जागा आणि त्या त्या वेळचा प्रकाश, वातावरण हे सगळं आपल्या मनात उभं राहतं, आपण यापूर्वी घेतलेल्या अनुभवाच्या जवळ नेणारा अनुभव आपल्याला देऊ करतं. आणि त्याचीच मजा येते. नाटकीय खेळाची पुरेपूर चव चाखायला देणारं हे नाटक आहे ते या अर्थानं.

संगीत हा या नाटकाचा अविभाज्य भाग आहे. परंतु पारंपरिक मराठी संगीत नाटकाच्या परंपरेची चौकट वाकवून ते त्या पलीकडे जाऊन सांगीतिक होतं. आशयाच्या आणि अभिव्यक्तीचा एक महत्त्वाचा हिस्सा म्हणून संगीत येतं. व्यक्तिरेखांमधला परस्पर संवाद जेव्हा गद्याच्या पलीकडे जाऊन अव्यक्त होतो त्यावेळी व्यक्त होण्यासाठी पात्रं पद्याची, काव्याची मदत घेतात. भावनांची तीव्रता,आर्तता आणि तरलता येते तेव्हा गाण्यातून पात्रं व्यक्त होतात. 'देवबाभळी'च्या संगीताला साज आहे पण तो भावगीताचा, पारंपरिक नाट्यगीताचा नाही. लोकगीतांमधलं रांगडेपण आणि ओव्या, भक्तिगीतांमधलं माधुर्य त्याला आहे. आणि या परस्पर विरोधी अशा अभिव्यक्तीमुळे त्यातलं नाट्य कुठे हरवत नाही किंवा सांगीतिक व्याकरणाचं ओझं घेऊन ते दबूनही जात नाही. खुल्या आणि खड्या आवाजात गायलेली सुरेल गाणी ही संवाद बनून, आशय आणि भावनेचे वेगळे आयाम घेऊन, व्यक्तिरेखांचा अंश बनून आपल्या कानावर येतात. आवली आपल्या स्वभावानुसार आणि रखुमाई आपल्या ढंगात मनातलं, आतलं गाण्याच्या रूपात बोलू लागते तेव्हा शब्द न शब्द नीट, कान देऊन ऐकावासा वाटतो. ध्वनिमुद्रित संगीताचा पर्याय नाकारून, प्रत्यक्ष वाद्यवृंद प्रत्येक प्रयोगात संगीताची साथसोबत करतो. आणि दोन्ही अभिनेत्री गायिका आहेत त्या रंगमंचावर

प्रत्येक प्रयोगात गाणं गातात. हा जिवंतपणाही नाटकाचा एकूण अनुभव समृद्ध व्हायला कारणीभूत ठरतो.

ह्या नाटकाचं आणखी एक वैशिष्ट्य म्हणजे उभा केलेला काळ. नेपथ्यातील रंग, घराच्या भिंतींचा पोत, चुलीची मांडणी, रोजच्या वापरातील स्वयंपाकघरात हाताळल्या जाणाऱ्या वस्तू ह्यांतून तो काळ जसा उभा राहतो तसाच प्रकाशयोजनेतील प्रकाश आणि सावल्यांचा, अंधाराचा, नैसर्गिक प्रकाशस्त्रोताचा केलेला विचारही तो काळ उभा करण्याचं काम करतात. लखुबाई (रखुमाई) आणि आवलीची रंगभूषा आणि वेशभूषाही ज्या परंपरेतील व्यक्तिरेखा आहेत, त्यांचं राहणीमान सूचित करतात. संपूर्ण नाटकभर प्रकाशाचा पोत अशा प्रकारे सांभाळला जातो की त्या व्यक्तिरेखांच्या शरीराचं आणि मनाचं तापमान जणू आपल्यापर्यंत पोहोचवण्याचा प्रयत्न असावा.

ह्या नाटकाचा नाटककार आणि दिग्दर्शक प्राजक्त देशमुख ह्यानं प्रत्येक ठिकाणी सर्जनशील निर्णय घेतले आहेत. रूपबंध, आकृतीबंध आणि शैलीचा नीट विचार करून निर्णय घेतलेला आहे हे नाटकाच्या प्रत्येक घटकांत जाणवतं. नाटक पाहताना केवळ कथाभागाकडे लक्ष न देता, प्रकाश, नेपथ्य, संगीत, रंगभूषा, वेशभूषा, पात्रयोजना, रंगमंचीय अवकाशातल्या हालचाली या सगळ्याकडे नाटकातील आशय मनात ठेवून पाहिले तर प्राजक्त देशमुख ह्यांनी घेतलेली मेहेनत आणि त्याला त्यांच्या त्या त्या घटकाची निर्मिती करणारे रचनाकार ह्यांनी दिलेली सर्जनशील साथ ह्याकडे लक्ष गेल्याशिवाय राहत नाही. अतिशय सुंदर बांधलेला हा प्रयोग खऱ्या अर्थानं दृक्श्राव्य अनुभव देतो. नाटक आपल्यापर्यंत ऐंद्रिय अनुभवातून पोचतं. आवली ज्या पावसात भिजते तो पाउस असेल, इंद्रायणी नदीच्या पाण्याचा आवाज, स्पर्श असेल, तिचं प्रवाहीपण असेल. स्वयंपाकघरात भरून राह्यलेला धूर असेल. आवलीचं शेणानं जमीन सारवणं असेल किंवा रखुमाईचं भाकऱ्या थापून त्या तव्यावर भाजणं, आवली आणि रखुमाईनं वेगवेगळ्या वेळी एकमेकींशी साधलेला संवाद, स्वयंपाकघरातला, अंगणातला, इंद्रायणी नदीवरचा. ह्या सगळ्या वेळा, त्या त्या जागांचे वास, तिथला प्रकाशाचा कमी-जास्तपणा, पोत हे सगळं आपल्याला कल्पना करून अनुभवता येतं. आपल्या पूर्वस्मृती चाळवल्या जातील अशा पद्धतीनं नाटकात हे सगळं सादर होतं. आणि त्यात तांत्रिक चमत्कृती नाही. तुकोबांचे कागद मेजावरून वाऱ्यानं उडतात हा अपवाद सोडता.

जिवंत, रसरशीत नाट्यानुभव..!!! ६५

नाटकात एकूणातच (if magic) आणि (make belief)चा इतका छान आणि मुबलक वापर केलेला आहे की एरवी केवळ कथाभाग बरा असेल तर त्यातच समाधान मानणारे आपण ह्या नाटकीय शक्यतांची मौज अनुभवत राहतो.

व्यावसायिक नाटक आणि प्रायोगिक नाटक अशी कुठलीही लेबलं असू नयेत. ज्यात नाट्य ते नाटक, प्रेक्षकांना रिझवतं ते नाटक, भिन्न अभिरुचीच्या प्रेक्षकांचं एकाच ठिकाणी मनोरंजन करतं ते नाटक. आपल्यासोबत प्रेक्षकांना वेगळ्या आभासी वास्तवात खेचून घेऊन जातं आणि तरीही आपल्या वास्तवाशी नाळ तुटू देत नाही ते नाटक. 'संगीत देवबाभळी' ह्या नाटकानं असा खोलवर परिणाम करणारा, सर्वतोपरी नाट्यमय अनुभव दिला. आणि माझ्या मुळांशी असलेली माझी नाळ अजून तुटलेली नाही ह्याची स्पष्ट आणि महत्त्वाची जाणीव मला झाली... मग अवकाश आणि त्या अवकाशात असलेल्या अणू-रेणूंच्या सूक्ष्मातिसूक्ष्म हालचाली आहेत, शरीरं आहेत, त्यातून बाहेर फेकली जाणारी आणि बाहेरून त्याला मिळणारी ऊर्जा आहे. रंग, गंध, स्पर्श, नाद हे ऐंद्रिय अनुभव आहेत; शब्द आहेत, ध्वनी आहेत, ताल आहेत, सूर आहेत, छाया- प्रकाश आहे. शरीर चालतं बोलतं आहे म्हणजे अजून जिवंतपणा आहे. पण त्याहीपेक्षा महत्त्वाचं म्हणजे प्राण आहे... सर्व जाणिवा आहेत, त्या जाग्या होऊ शकतात. निसर्गानं माणूस ह्या प्रजातीला दिलेली सगळ्यांत महत्त्वाची गोष्ट म्हणजे मेंदू आहे आणि त्यातल्या असंख्य गुंतागुंतीच्या व्यवहारांना सामोरं जाण्याची, त्यातील नव्या घटितांना भिडण्याची (त्यांचं नवल वाटून घेत असतानाच) ऊर्मी माझ्यात जागी आहे. भावना आणि तरलता, संवेदना आणि साकल्यानं विचार करण्याची व्यापकता, अंतर्मुख होण्याचं स्वातंत्र्य आणि अपरिहार्यता माझ्यात अजून टिकून आहे. माझ्या आत जितकी खळबळ, अस्वस्थता आहे तितकीच शांतता भरून राहिलेली आहे अशी सगळी जाणीव, एका अंधारात बुडून गेलेल्या जागेत, वेगवेगळे अवकाश उजळून निघत, त्यातले कोपरे – विस्तार आणि वाव प्रकाशमान आणि अंधारमय होत असताना आजूबाजूला इतरांचं अस्तित्व असताना, होण्याचा अनुभव आपल्याला कधी आला आहे? कित्येक-कित्येक वर्षांत नाही. तो अनुभव कलाकृतीतून मिळू शकतो म्हणून कलाकृती पाहात राहण्याचा हव्यास संपत नाही. पण तसा तो मिळतो का? बहुतेक वेळा नाहीच. जेव्हा मिळतो तेव्हा मात्र तो आसुसून घ्यायला हवा. 'संगीत देवबाभळी' ही अशी एक कलाकृती आहे.

ह्या नाटकाचा निर्माता प्रसाद कांबळी ह्याचे आभार मानायला हवेत. कारण असं बहुपेडी, बहुपदरी नाटक कुठल्याही व्यावसायिक गणितात मुद्दाम न बसवता त्यानं सादर केलं. त्याचे नेटानं आणि अत्यंत शिस्तशीर आणि देखणे प्रयोग होत आहेत. आणि मुख्य म्हणजे प्रेक्षक ह्या 'नाटकालाही' चांगला प्रतिसाद देत आहेत. चालू असलेल्या व्यावसायिक नाटकाबद्दल यापूर्वी मी नाराजीचा सूर लावला होता तो या नाटकाच्या निमित्तानं नक्कीच निवळला. नाटक व्यावसायिक तत्त्वावर चालवायचं असेल तर विशिष्ट पद्धतीनंच ते मांडावं लागतं, त्यात ढोबळपणा, सगळ्याच गोष्टींचं सुलभीकरण असावं लागतं, ते विनोदीच असावं लागतं किंवा त्यात विनोदाची पखरण मुबलक असावी लागते असे इतरही काही आडाखे नेहमी बोलून दाखवले जातात. आणि ते प्रेक्षकांच्या मानसिकतेला समजून घेऊन आहेत असा दावा केला जातो. त्याशिवाय नाटक व्यावसायिकदृष्ट्या यशस्वी होणार नाही अशा वल्गना अनुभव आणि वयाचा दाखला देऊन रेटल्या जातात. त्याला काही अर्थ नसावा. शेवटी असं म्हणणाऱ्या मंडळींची स्वतःची नाटकाची समज आणि अभिरुचीच जशी असते तसं नाटक ते सादर करतात. आणि वर्षानुवर्षे आपण ते पाहत राहतो. 'संगीत देवबाभळी'ने काही क्रांती केली आहे असं नाही. मराठी नाटकांच्या शब्दप्रधान परंपरेतलं, घट्ट बांधलेल्या संहितेच्या नाटकाचा नेटका प्रयोग ते करतात. पण त्यामागे सादर करणारे आणि पडद्यामागे असलेल्या कलाकारांचा प्रामाणिक प्रयत्न आणि सच्चेपणा आहे. तो त्या प्रयोगात अगदी समरसून उतरला आहे.

– रंगवाचा, जून २०१८

दिनांक : १६-८-२०१८

प्रिय प्राजक्त
सप्रेम नमस्कार

काल नाटक पाहिल्यावर तुझ्याशी बोलावंसं, व्यक्त व्हावंसं नक्की वाटलं. पण ते फोनवर किंवा व्हॉट्सॲपवर नक्कीच नाही. तू साकारलेली कलाकृती ही डिजिटल नाही. त्याला एक आत्मा आहे. म्हणूनच या पत्राद्वारे भावना व्यक्त करण्याचा प्रयत्न करतो. आजपर्यंत नाटक पाहून जाणारे कित्येक रंगकर्मी, प्रेक्षक यांनी प्रतिक्रिया दिली आहेच. नाटक किती चांगलंय, मराठी रंगभूमीला कितपत पुढे नेलंय वगैरेविषयी मी या पत्रात लिहिणार नाही. काल तुझा हेवा वाटला! राग आला!! नाटक पाहताना सतत जाणवत राहिलं की, हे असं मला का सुचलं नाही? तुझ्यासारखा विचार मला का करता येत नाही? आजपर्यंत मी रंगभूमीवर जे काही केलंय... ते एका क्षणात विसरायला लावलंस. आयुष्यात खूप काही करायला हवंय अशी प्रेरणा दिलीस. व्यावसायिक नाटकाचा प्रयोग खरंच एक प्रयोग याचं भान शेवटच्या पडद्यापर्यंत तुझ्या नाटकात जाणवलं. धन्यवाद प्राजक्त!! या निमित्ताने पत्र लिहिण्याची संधी दिलीस. कदाचित लिखाणाची सवय मोडली होती, ती पुन्हा लागेल आणि एखादी कलाकृती हातून लिहून होईल. त्याला कारण तूच असशील.

– केदार शिंदे

निवडक मान्यवरांच्या लेखनाबद्दलच्या प्रतिक्रिया

- नवीन खणखणीत साहित्य... सकस साहित्यकृती आजही निर्माण होते ह्याचं चोख उत्तर. माणसातलं देवपण आणि देवातलं माणूसपण असलेलं नाटक.

– सलील कुलकर्णी

- फारच विविध पातळीवर लिहिलेलं अप्रतिम नाटक.

– सुबोध भावे

- हे नाटक नाही, स्वर्गच आहे. प्राजक्त देशमुख हा ठार वेडा माणूस आहे. हे मी पुन्हा एकदा नमूद करतो.

– प्रसाद ओक

- हा विषय काल्पनिक असून खरा वाटतो. रखुमाईच्या तोंडची गाणी नवी असून फारच अप्रतिमपणे त्याच प्रवाहातली वाटतात.

– देवकी पंडीत

- साचा मोडून वेगळ्या पद्धतीचं लिहिलेलं संगीत नाटक.

– रवी जाधव

- अप्रतिम इमेजरी असलेलं नाटक!

– अमोल पालेकर

- माईलस्टोन नाटक!

– विवेक लागू

- आवलीकडे बघण्याचा पारंपरिक दृष्टिकोण बदलला आहे. ह्याचं विशेष कौतुक करण्यासारखं आहे.

– जयंत सावरकर

- अशाप्रकारे नाटक घडू शकतं हेच विलक्षण आहे. आपल्या रंगभूमीवर एक अघटित घटना घडलीय असं मी नमूद करतो.

– संदेश कुलकर्णी

- खूप कठीण अलंकारिक न लिहता, जीवनाचं आख्खं सार छोट्या छोट्या प्रसंगातून अप्रतिम लिहिलेलं आहे. प्राजक्तचं कौतुक आहे की एवढा मोठा विषय इतक्या सोप्या पद्धतीने त्याने मांडलेला आहे.

– सुकन्या कुलकर्णी-मोने

- मराठी संस्कृतीमध्ये इतकं खोलवर बुडालेलं नाटक मी पाहिलेलं नव्हतं. अत्यंत सुंदर लिहिलेलं आहे, प्राजक्तने फारच ओघावती भाषा वापरलेली आहे. सोबत वापरलेले तुकोबांचे अभंग वेगळ्या विश्वात नेतात. जुना बाईपणाचा रिलेवन्स अजूनही तसाच आहे हे ह्या नाटकाने पुन्हा जाणवतं. खूप सकस संहिता.

– गितांजली कुलकर्णी

- काही वर्षांच्या कालावधीनंतर रंगभूमीचा प्रवाह बदलणारी किंवा चालू प्रवाहात महत्त्वाची भर टाकणारी नाटकं येत असतात. जसं विजय तेंडुलकरांनी, जयंत पवारांनी ज्या प्रकारचं काम केलंय. नाटकाचा साचा ढाचा बदलणारं नाटक. तसंच हे नाटक वाटतं. एक पूर्ण मोठ्या लांबीची कादंबरी वाचल्याचं फिल देणारं नाटक.

– आशिष पाथरे

- अंतर्मनाला ढवळून आपलं अस्तित्व उजळून टाकणारं नाटक. इतक्या समजूतीने अद्वितीय, साजिऱ्या गोजिऱ्या रूपात पुढे येतं! विठ्ठल ही नेमकी 'कॉन्सेप्ट' काय आहे ह्याच्याकडे बघायला प्रवृत्त करतं.

– ज्योती सुभाष

- मराठी रंगभूमीवरचा फार महत्त्वाचा आणि मानाचा मैलाचा दगड म्हणजे हे नाटक. एकाच वेळी संगीत-दृश्य-आध्यात्म साधणारं नाटक.

– चिन्मय मांडलेकर

- मला कळतंच नाही हे कुणाला सुचू कसं शकतं? फारच अप्रतिम!

– प्रतिमा कुलकर्णी

- देवबाभळीने मळ स्वच्छ होईल, काळीज धुवून निघेल, जगण्याचे नवे रस्ते दिसतील.

– सिंधूताई सपकाळ

- प्रेमात जेव्हा मत्सराचा काटा रुततो तेव्हा एक अजोड कलाकृती निर्माण होते. त्याचं मूर्तीमंत उदाहरण म्हणजे 'देवबाभळी'

– गंगाराम गवाणकर

- हे लेखनातलं एक उत्तम नाटक. एका देवाच्या आणि एका भक्ताच्या बायकोला एकत्र आणण्याची कल्पनाच सुरेख आहे. अत्यंत अर्थपूर्ण संगीत नाटक.

– शफाअत खान

- देवापर्यंत पोचणं म्हणजे सत्त्व, अध्यात्मापर्यंत पोचणं आणि त्याच्यापर्यंत पोचणं सांकेतिक रूपाने काट्यातून येतो. अनेक वर्षांनी असं नाटक अभावाने आलेलं आहे.

– कमलाकर सोनटक्के

'देवबाभळी' नाटकाला मिळालेले पुरस्कार

झी नाट्य गौरव २०१८ व्यावसायिक नाटक
- सर्वोत्कृष्ट नाटक : संगीत देवबाभळी
- सर्वोत्कृष्ट लेखक : प्राजक्त देशमुख
- सर्वोत्कृष्ट दिग्दर्शक : प्राजक्त देशमुख
- सर्वोत्कृष्ट संगीत : आनंद ओक
- सर्वोत्कृष्ट अभिनेत्री : शुभांगी सदावर्ते – मानसी जोशी (विभागून)

म. टा. सन्मान २०१८
- सर्वोत्कृष्ट नाटक : संगीत देवबाभळी
- सर्वोत्कृष्ट लेखक : प्राजक्त देशमुख
- सर्वोत्कृष्ट दिग्दर्शक : प्राजक्त देशमुख
- सर्वोत्कृष्ट नेपथ्य : प्रदीप मुळ्ये
- सर्वोत्कृष्ट संगीत : आनंद ओक
- सर्वोत्कृष्ट प्रकाशयोजना : प्रफुल्ल दीक्षित
- सर्वोत्कृष्ट पदार्पण अभिनेत्री : शुभांगी सदावर्ते

तिसाव्या महाराष्ट्र राज्य मराठी व्यावसायिक नाट्य स्पर्धा
- सर्वोत्कृष्ट नाटक : संगीत देवबाभळी
- सर्वोत्कृष्ट लेखक : प्राजक्त देशमुख
- सर्वोत्कृष्ट दिग्दर्शक (द्वितीय) : प्राजक्त देशमुख
- सर्वोत्कृष्ट नेपथ्य (द्वितीय) : प्रदीप मुळ्ये
- सर्वोत्कृष्ट संगीत : आनंद ओक
- सर्वोत्कृष्ट प्रकाशयोजना : प्रफुल्ल दीक्षित
- सर्वोत्कृष्ट रंगभूषा : सचिन वारीक
- सर्वोत्कृष्ट वेशभूषा : महेश शेरला
- सर्वोत्कृष्ट अभिनेत्री (रौप्यपदक) : शुभांगी सदावर्ते

संस्कृती कलादर्पण पुरस्कार २०१८
- सर्वोत्कृष्ट नाटक : संगीत देवबाभळी
- सर्वोत्कृष्ट दिग्दर्शक : प्राजक्त देशमुख
- सर्वोत्कृष्ट संगीत : आनंद ओक
- सर्वोत्कृष्ट प्रकाशयोजना : प्रफुल्ल दीक्षित
- सर्वोत्कृष्ट अभिनेत्री : शुभांगी सदावर्ते

अखिल भारतीय मराठी नाट्य परिषद पुरस्कार २०१८
(गो.ब देवल पुरस्कार)

- सर्वोत्कृष्ट नाटक : संगीत देवबाभळी
- सर्वोत्कृष्ट लेखक : प्राजक्त देशमुख
- सर्वोत्कृष्ट दिग्दर्शक : प्राजक्त देशमुख
- सर्वोत्कृष्ट नेपथ्य : प्रदीप मुळ्ये
- सर्वोत्कृष्ट संगीत : आनंद ओक
- सर्वोत्कृष्ट प्रकाशयोजना : प्रफुल्ल दीक्षित
- सर्वोत्कृष्ट अभिनेत्री : शुभांगी सदावर्ते
- सर्वोत्कृष्ट सहा अभिनेत्री : मानसी जोशी

इतर पुरस्कार आणि उल्लेखनीय नोंदी

- देशदूत तरुण तेजस पुरस्कार : प्राजक्त देशमुख
- नटवर्य मामा पेंडसे स्मृती पुरस्कार : शुभांगी सदावर्ते (भूमिका-आवली)
- कै. महादेव तुकाराम गवाणकर उत्कृष्ट नाटककार 'रंगसंहिता पुरस्कार' : प्राजक्त देशमुख (अखिल भारतीय नाट्य परिषद – बोरिवली शाखा तर्फे)
- महाराष्ट्र साहित्य परिषद : कमलाकर सारंग पुरस्कार : प्राजक्त देशमुख
- फोर्ब्ज इंडिया ह्या नियतकालिकेत 'सध्या गाजत असलेली व्यावसायिक नाटके' या लेखात 'देवबाभळी'ची दखल घेण्यात आली.

देवबाभळी एकांकिकेला मिळालेली पारितोषिके आणि महोत्सव :

- थिएटर ॲकेडमी वोडाफोन रंगसंगीत एकांकिका स्पर्धा : सर्वोत्कृष्ट लेखन-दिग्दर्शन आणि नाटकासहीत सात पारितोषिके
- अखिल भारतीय नाट्य परिषद मध्यवर्ती शाखा आयोजित कै. प्रा. डॉ. लक्ष्मणराव देशपांडे एकांकिका स्पर्धा २०१७ : सर्वोत्कृष्ट लेखन-दिग्दर्शन आणि नाटकासहित आठ पारितोषिके
- अहमदनगर महाकरंडक २०१७ : सर्वोत्कृष्ट संगीतासहित दोन पारितोषिके
- पुरुषोत्तम करंडक आंतरमहाविद्यालयीन एकांकिका स्पर्धा २०१७ : सर्वोत्कृष्ट एकांकिकेचे द्वितीय पारितोषिक सोबत तीन पारितोषिके
- महाराष्ट्र कल्चरल सेंटर आयोजित रंगमहोत्सव २०१७
- नॅशनल स्कूल ऑफ ड्रामा (एनएसडी) आठव्या थिएटर ऑलंपिक्स'मध्ये निवड